ഗണിതശാസ്ത്രത്തിന്റെ വിചിത്രലോകം

ബാലസാഹിത്യം

ഗണിതശാസ്ത്രത്തിന്റെ വിചിത്രലോകം

പള്ളിയറ ശ്രീധരൻ

little green
an imprint of green books private limited
gb building, civil lane road, ayyanthole,
thrissur- 680 003, kerala, ph: +91 487-2381066, 2381039
website: www.greenbooksindia.com
e-mail: info@greenbooksindia.com

branches:
thrissur 8589095302
thiruvananthapuram 8589095301
calicut 8589095307

malayalam
ganithasasthrathinte vichithralokam
children's literature
by
palliyara sreedharan

first published july 2020

cover design : shahzad

printed in india
repro india ltd

isbn : 978-93-89671-60-5

₹ 180.00
LGPL/041/2020

ഉള്ളടക്കം

തെറ്റിദ്ധരിക്കപ്പെടുന്ന സ്റ്റാറ്റിസ്റ്റിക്സ്

ഗണിതശാസ്ത്രം പൂർണ്ണമായും സത്യമായ ഒരു ശാസ്ത്രശാഖയായിട്ടാണ് അറിയപ്പെടുന്നത്. ഗണിതശാസ്ത്രവുമായി നേരിട്ട് ബന്ധമുള്ള ഒരു ശാഖയാണ് സ്റ്റാറ്റിസ്റ്റിക്സ്. നാൾക്കുനാൾ സ്റ്റാറ്റിസ്റ്റിക്സിന്റെ പ്രാധാന്യവും പ്രയോജനവും വർദ്ധിച്ചുകൊണ്ടിരിക്കുന്നു. പക്ഷേ ഏറ്റവും തെറ്റിദ്ധരിക്കപ്പെടുന്ന ഒരു വിഷയം കൂടിയാണ് സ്റ്റാറ്റിസ്റ്റിക്സ്. നിർഭാഗ്യവശാൽ ഒരു വലിയ പെരുങ്കള്ളമായിട്ടുപോലും സ്റ്റാറ്റിസ്റ്റിക്സ് അറിയപ്പെടുന്നുണ്ട്. പ്രശസ്ത ഇംഗ്ലീഷ് എഴുത്തുകാരൻ മാർക്ക് ട്വയിൻ ആണ് സ്റ്റാറ്റിസ്റ്റിക്സിന് ഇങ്ങനെയൊരു ദുഷ്പേര് സമ്മാനിച്ചത്. അദ്ദേഹം ലോകത്തിലെ കള്ളങ്ങളെ വലിപ്പക്രമത്തിനനുസരിച്ച് മൂന്നായി തരംതിരിച്ചു: കള്ളം, പെരുങ്കള്ളം, സ്റ്റാറ്റിസ്റ്റിക്സ് (Lies , Damn lies, Statististics).

പക്ഷേ ഇത് സ്റ്റാറ്റിസ്റ്റിക്സിന്റെ കുഴപ്പമല്ല, കൈകാര്യം ചെയ്യുന്നവരുടെ കുഴപ്പമാണ്. ഉദാഹരണമായി A എന്ന സ്കൂളിൽനിന്ന് 10 കുട്ടികളും B എന്ന സ്കൂളിൽ നിന്ന് 50 കുട്ടികളും ഒരേ പരീക്ഷ ജയിച്ചെന്നിരിക്കട്ടെ. രണ്ടാമത്തെ സ്കൂൾ ആദ്യത്തെ സ്കൂളിനേക്കാൾ മെച്ചമാണെന്ന് അഭിപ്രായപ്പെട്ടേക്കാം. പക്ഷേ ആദ്യത്തെ സ്കൂളിൽനിന്ന് ആകെ പരീക്ഷ എഴുതിയത് 12 പേരാണ് എന്നും രണ്ടാമത്തെ സ്കൂളിൽ നിന്ന് പരീക്ഷ എഴുതിയത് 120 പേരാണെന്നും അറിയുമ്പോഴാണ് നമ്മുടെ അഭിപ്രായം തെറ്റാണെന്ന് ബോദ്ധ്യപ്പെടുന്നത്.

ലഭ്യമായ വിവരങ്ങളെ അടിസ്ഥാനമാക്കി ചില നിഗമനങ്ങളിലെത്താൻ സഹായിക്കുന്ന ശാസ്ത്രശാഖയാണ് സ്റ്റാറ്റിസ്റ്റിക്സ്. ലഭ്യമായ വിവരങ്ങളുടെ അപൂർണ്ണത നിമിത്തം ഈ നിഗമനങ്ങൾ പലപ്പോഴും നമ്മെ വഴിതെറ്റിക്കുകയോ തെറ്റിദ്ധരിപ്പിക്കുകയോ അപകടത്തിൽ ചാടിക്കുകയോ ചെയ്യാറുണ്ട്. അതിനാൽ സ്റ്റാറ്റിസ്റ്റിക്സിലെ നിഗമനങ്ങളെ പൂർണ്ണമായും വിശ്വസിക്കാൻ പറ്റില്ല എന്നു വരുന്നു. അതുകൊണ്ടാണ് ലോകത്തിലെ പെരുങ്കള്ളമായി സ്റ്റാറ്റിസ്റ്റിക്സ് വിശേഷിപ്പിക്കപ്പെടുന്നത്. ചില ഉദാഹരണങ്ങൾ നമുക്ക് പരിശോധിക്കാം.

ഒരാൾ അക്കരെ കടക്കാൻ ഒരു പുഴക്കരയിലെത്തി. അക്കരെ കടക്കാൻ തോണിയില്ല. പെട്ടെന്ന് കടക്കുകയും വേണം. നീന്താനറിയില്ല. നടന്നു പോകണമെങ്കിൽ പുഴയുടെ ആഴമറിയണം. കൂടുതൽ ആഴമുണ്ടെങ്കിൽ ഒഴുക്കിൽ പെടും. അടുത്തുള്ള ആളുകളോട് അന്വേഷിച്ചപ്പോൾ പുഴയ്ക്ക് ശരാശരി നാല് അടി ആഴമുണ്ടെന്നറിഞ്ഞു.

തനിക്ക് അഞ്ചരയടിയിലേറെ പൊക്കമുണ്ട്. അപ്പോൾ നാലടി ആഴമുള്ള പുഴ കടക്കാൻ യാതൊരു പ്രയാസവുമില്ല എന്ന് കണക്കാക്കി അയാൾ പുഴയിൽ ഇറങ്ങി നടക്കാൻ തുടങ്ങി. കുറച്ച് മുന്നോട്ട് നടന്നപ്പോഴാണ് പുഴക്ക് നാലടിയിലേറെ ആഴമുണ്ടെന്ന് മനസ്സിലായത്. പുഴയുടെ മദ്ധ്യഭാഗത്ത് യഥാർത്ഥത്തിൽ പത്തടിയിലേറെ ആഴമുണ്ടായിരുന്നു. പുഴയുടെ കരഭാഗത്ത് ആഴം വളരെ കുറവായതുകൊണ്ടാണ് പുഴയുടെ ശരാശരി ആഴം നാല് അടിയായത്. പുഴയുടെ ആഴം എല്ലാ സ്ഥലത്തും ഒരേ പോലെയായിരുന്നുവെങ്കിൽ പ്രശ്നമുണ്ടാകുമായിരുന്നില്ല. നാലടി ആഴം എന്ന നിഗമനം വലിയ ആപത്തിലേക്ക് നയിച്ചു എന്ന് പറയാം.

'ശരാശരി' വഴി തെറ്റിക്കുന്ന ധാരാളം സന്ദർഭങ്ങൾ നമ്മുടെ നിത്യജീവിതത്തിൽ ധാരാളം ഉണ്ടാകാറുണ്ട്. ഒരു ഹോട്ടലിൽനിന്നും ഒരു ദിവസം വിൽപന ചെയ്ത വടയ്ക്ക് ഉപ്പ് വളരെ കൂടുതലായിരുന്നു. ഇത് പരാതിപ്പെട്ട ഒരാളോട് ഉടമ പറഞ്ഞത് നാളെ വടയ്ക്ക് തീരെ ഉപ്പില്ലാതെ പാചകം ചെയ്യാമെന്നാണ്.

രണ്ടു കാലുകളും അടുപ്പിൽവെച്ച് ചൂട് ബാലൻസ് ചെയ്യാൻ തലയിൽ ഐസ് വെക്കുന്നവരാണ് സ്റ്റാറ്റിസ്റ്റിക്കുകളെന്ന് പരിഹസിക്കാറുണ്ട്.

ഇനി നമുക്ക് മറ്റൊരു ഉദാഹരണം നോക്കാം. ഒരു രാജ്യത്തെ 57 ദശലക്ഷം ജനങ്ങളിൽ 5000 പേർക്ക് ഒരു കാല് മാത്രമേയുള്ളൂവെന്ന് ഒരു പഠനത്തിൽ കണ്ടെത്തി. അപ്പോൾ ആ രാജ്യത്തെ ഒരു പൗരന് ശരാശരി 1.9991723.... കാലുകളാണ് ഉണ്ടായിരിക്കുകയെന്ന് ഒരാൾ കണക്കു കൂട്ടി കണ്ടുപിടിച്ചു. ഈ കണക്ക് പ്രകാരം ആ രാജ്യത്തെ ജനങ്ങളെല്ലാം വികലാംഗരാണെന്ന് ആരെങ്കിലും നിഗമനം നടത്തിയാൽ അത് തെറ്റാണെന്ന് പറയാൻ നമുക്ക് പറ്റില്ലല്ലോ.

വിമാനത്തിൽ ബോംബുമായി യാത്ര ചെയ്ത ഒരാളെ നമുക്ക് പരിചയപ്പെടാം. ഒരു നിശ്ചിത വിമാനത്താവളത്തിൽ നിന്ന് പുറപ്പെടുന്ന ഒരു ലക്ഷം വിമാനങ്ങളിലൊന്നിൽ ബോംബുണ്ടായിരിക്കുമെന്ന് ഒരു പഠനത്തിൽ അദ്ദേഹം കണ്ടെത്തി. അദ്ദേഹം താൻ യാത്ര ചെയ്യുന്ന വിമാനത്തിൽ ഒരു ബോംബുമായി യാത്ര ചെയ്യാൻ അദ്ദേഹം തയ്യാറായി. ബോംബ് പിടികൂടിയ ഉദ്യോഗസ്ഥനോട് അദ്ദേഹം മറുപടി പറഞ്ഞത് ഇങ്ങനെയായിരുന്നു ഇവിടെനിന്നുള്ള ശരാശരി ഒരു ലക്ഷം വിമാനങ്ങളിലൊന്നിൽ ബോംബ് ഉണ്ടാവാറുണ്ട്. ഈ വിമാനത്തിൽ ബോംബുണ്ടായാൽ

പിന്നീടുള്ള 99999 വിമാനങ്ങളിൽ ബോംബ് കണ്ടെത്താനുള്ള സാദ്ധ്യത യില്ലല്ലോ. കുറെക്കാലം ബോംബ് ഭീഷണിയില്ലാതെ യാത്ര ചെയ്യാം

വിമാനയാത്രയെപ്പറ്റിയുള്ള മറെറാരു കഥ ശ്രദ്ധിക്കുക. ഒരു വിമാനം കുറെ യാത്രക്കാരുമായി പറന്നു കൊണ്ടിരിക്കെ പൈലറ്റ് യാത്രക്കാരോട് പറഞ്ഞു: ഈ വിമാനത്തിന്റെ ഒരു എൻജിൻ പ്രവർത്തനരഹിത മായിരിക്കുകയാണ്. പക്ഷേ ഭയപ്പെടാനൊന്നുമില്ല. വേറെ മൂന്ന് എൻജിൻ കൂടിയുണ്ട്. ആകെ അഞ്ചു മണിക്കൂർ യാത്ര ചെയ്യേണ്ടതിന് പകരം ഏഴു മണിക്കൂർ യാത്ര ചെയ്യേണ്ടി വരും.

അൽപം യാത്ര തുടർന്ന ശേഷം പൈലറ്റിന്റെ മറ്റൊരു അറിയിപ്പ് വന്നു. വിമാനത്തിന്റെ രണ്ടാമത്തെ എൻജിനും തകരാറായിരിക്കുക യാണ്. ആകെ എഴ് മണിക്കൂറിന് പകരം പത്ത് മണിക്കൂർ യാത്ര വേണ്ടി വരും. ഇതു കേട്ട ഒരു സ്റ്റാറ്റിസ്റ്റിക്സ് വിദഗ്ധൻ അഭിപ്രായപ്പെട്ടത് ഇങ്ങനെയാണ്: ഇങ്ങനെ നാല് എൻജിനും തകരാറിലായാൽ നാം സ്ഥിര മായി ആകാശത്തിൽ തങ്ങേണ്ടിവരുമല്ലോ.

സ്റ്റാറ്റിസ്റ്റിക്സിലെ നിഗമനങ്ങൾ എങ്ങിനെ അപകടത്തിൽ പെടു ത്തുന്നു എന്നതിന് മറ്റൊരു ഉദാഹരണം പരിചയപ്പെടുത്താം. ഒരു കാറിൽ മൂന്നു പേർ യാത്ര ചെയ്യുകയായിരുന്നു. ജംഗ്ഷനിലെത്തുമ്പോൾ ഡ്രൈവർ വളരെ വേഗതയിലാണ് വാഹനമോടിക്കുന്നത് എന്ന് യാത്ര ക്കാരുടെ ശ്രദ്ധയിൽപ്പെട്ടു. മറ്റ് സ്ഥലങ്ങളിൽ വേഗത കുറയ്ക്കും ജംഗ്ഷനിലെത്തുമ്പോൾ വേഗത കൂട്ടും. യഥാർത്ഥത്തിൽ മറിച്ചാണ് വേണ്ടത്. ജംഗ്ഷനിലെത്തുമ്പോൾ വേഗത കുറയ്ക്കണം.

യാത്രക്കാരിലൊരാൾ എന്തുകൊണ്ടാണ് ജംഗ്ഷനിൽ എത്തുമ്പോൾ വേഗത കൂട്ടുന്നതെന്ന് ഡ്രൈവറോട് ചോദിച്ചു. അതിന് ഡ്രൈവർ മറുപടി പറഞ്ഞതിങ്ങനെയാണ്: വാഹനാപകടങ്ങൾ ഏറ്റവും കൂടുതൽ ഉണ്ടാകു ന്നത് ജംഗ്ഷനുകളിൽ വെച്ചാണെന്ന് ഒരു പത്രത്തിലുണ്ടായിരുന്നു. അപകടസ്ഥലങ്ങളിൽനിന്ന് വേഗം രക്ഷപ്പെടുന്നതല്ലേ നല്ലത്. അതിനാൽ ഞാൻ ജംഗ്ഷനുകളിൽ നിന്ന് വേഗം രക്ഷപ്പെടും. ഈ ഒരു അനുമാനം കൂടുതൽ അപകടത്തിലേക്കാണ് നയിക്കുകയെന്ന് പറയേണ്ടതില്ലല്ലോ.

സ്വന്തം താത്പര്യത്തിന് വേണ്ടി പരസ്യക്കാരും വ്യാപാരികളും വ്യവസായികളും സ്റ്റാറ്റിസ്റ്റിക്സിനെ സൗകര്യപൂർവം ഉപയോഗപ്പെ ടുത്താറുണ്ട്. ഇവരുടെ പ്രസ്താവനകൾ ശരിയായിരിക്കുമെങ്കിലും പലപ്പോഴും യാഥാർത്ഥ്യത്തിൽ നിന്ന് വളരെ അകലെയായിരിക്കും. ഇത്തരം സന്ദർഭങ്ങളിലാണ് സ്റ്റാറ്റിസ്റ്റിക്സ് പെരുങ്കള്ളമായി മാറുന്നത്.

ഒരു ഡോക്ടർ വയറ്റിലെ അൾസറിന് പുതുതായി ഒരു മരുന്ന് തയ്യാ റാക്കി. ആദ്യം ഒരു രോഗിയിൽ പരീക്ഷിച്ചു. അൾസർ പൂർണ്ണമായും ഭേദപ്പെട്ടു. മരുന്ന് കണ്ടുപിടിച്ച ഡോക്ടർ തന്റെ പുതിയ കണ്ടുപിടി ത്തമായ മരുന്നിനെപ്പറ്റി പരസ്യപ്പെടുത്തിയത് ഇങ്ങനെയായിരുന്നു:

അൾസറിന് ഞാൻ പുതുതായി കണ്ടുപിടിച്ച മരുന്ന് നൂറു ശതമാനവും ഫലപ്രദമാണ്. ഇതേ മരുന്ന് വേറൊരു രോഗിയിൽ പരീക്ഷിച്ചു. നിർഭാഗ്യവശാൽ രോഗി മരണപ്പെടുകയാണുണ്ടായത്. അപ്പോൾ ഡോക്ടറുടെ പരസ്യം ഇങ്ങനെയായി: ഞാൻ പുതുതായി കണ്ടുപിടിച്ച മരുന്ന് കൂടുതൽ ആളുകളിൽ പരീക്ഷിച്ചുകൊണ്ടിരിക്കുകയാണ്. അമ്പത് ശതമാനം രോഗികളിലും മരുന്ന് പൂർണ്ണമായും ഫലപ്രദമാണ്.

ഡോക്ടർ പുതിയ മരുന്ന് രണ്ടു പേരിൽ മാത്രമേ പരീക്ഷിച്ചിട്ടുള്ളൂ എന്നും അവരിൽ ഒരാൾ മരിച്ചുപോയെന്നുമുള്ള വിവരം ഒരിക്കലും ഡോക്ടറുടെ പ്രസ്താവനയിൽ നിന്ന് ആളുകൾക്ക് മനസ്സിലാക്കാൻ സാദ്ധ്യമല്ല.

ഇനി ഒരു ഓപ്പറേഷന്റെ കാര്യമെടുക്കാം. ഒരു രോഗി ഒരു പ്രശസ്തനായ ഒരു ഡോക്ടറുടെ അടുത്ത് എത്തി. ഓപ്പറേഷൻ മാത്രമേ ഈ രോഗത്തിന് ചികിത്സയുള്ളൂ എന്നാണ് ഡോക്ടർ നിർദ്ദേശിച്ചത്. പ്രസ്തുത ഓപ്പറേഷൻ കുറച്ച് റിസ്ക് ഉള്ളതാണെങ്കിലും യാതൊന്നും ഭയപ്പെടാനില്ല എന്നാണ് അഭിപ്രായപ്പെട്ടത്. ഞാൻ ചെയ്യുന്ന ഈ ഓപ്പറേഷൻ നൂറു ശതമാനവും വിജയമായിരിക്കുമെന്ന് ഡോക്ടർ രോഗിക്ക് ഉറപ്പ് നൽകി.

പൊതുവെ റിസ്ക് കൂടിയ ഈ ഓപ്പറേഷന് എന്തുകൊണ്ടാണ് ഡോക്ടർ നൂറു ശതമാനം വിജയം അവകാശപ്പെടുന്നത് എന്ന് സ്വാഭാവികമായും അന്വേഷിച്ചു. അതിന് ഡോക്ടർ പറഞ്ഞ മറുപടി ഇപ്രകാരമായിരുന്നു: ഈ ഓപ്പറേഷനെപ്പറ്റിയുള്ള ഒരു സ്റ്റാറ്റിസ്റ്റിക്സ് സൂചിപ്പിക്കുന്നത്, ഈ തരത്തിലുള്ള ഓപ്പറേഷന്റെ വിജയസാദ്ധ്യത പത്ത് ശതമാനം മാത്രമാണ്. ഞാൻ ഇതേ തരത്തിലുള്ള ഒമ്പത് ഓപ്പറേഷനുകൾ നടത്തി. ഒമ്പതും പരാജയമായിരുന്നു. അപ്പോൾ പത്താമത്തെ ഓപ്പറേഷൻ പൂർണ്ണമായും വിജയമായിരിക്കുമെന്ന് ഉറപ്പല്ലേ.

ഏതായാലും രോഗി ആ ഡോക്ടറിൽ നിന്നും രക്ഷ നേടി. അതിന് രോഗി കണ്ടെത്തിയ ന്യായം ഇതായിരുന്നു: താങ്കൾ ഈ തരത്തിലുള്ള ഒമ്പത് ഓപ്പറേഷനുകൾ നടത്തി. ഒമ്പതും പരാജയമായിരുന്നു. അപ്പോൾ ഈ തരത്തിലുള്ള താങ്കളുടെ ഓപ്പറേഷനുകൾ നൂറു ശതമാനവും പരാജയമാണ്. എനിക്ക് നടത്തുന്ന ഓപ്പറേഷനും പൂർണ്ണ പരാജയമായിരിക്കും. ഡോക്ടർക്ക് മറിച്ചൊന്നും പറയാനുണ്ടായിരുന്നില്ല.

അവരവർക്ക് ദോഷമുള്ള വസ്തുതകൾ മറച്ചുപിടിച്ചുകൊണ്ട് സ്വന്തം താത്പര്യത്തിനനുസരിച്ചുള്ള കാര്യങ്ങൾ പ്രദർശിപ്പിക്കാൻ ഒരു സ്റ്റാറ്റിസ്റ്റിക്സ് വിദഗ്ധന് സാധിക്കും. അതുകൊണ്ടാണ് ഒരു രസികൻ അഭിപ്രായപ്പെട്ടത്: സ്റ്റാറ്റിസ്റ്റിക്സ് ഒരു ബിക്കിനി പോലെയാണ്. ധരിക്കുന്നയാളിന് താത്പര്യമുള്ളത് മറച്ചുവെക്കാം ആവശ്യമുള്ളത് പ്രദർശിപ്പിക്കാം.

ഗണിതത്തിന്റെ ഒരു വിചിത്രശാഖ

ഒരു ചായക്കപ്പും ഉഴുന്നുവടയും തമ്മിലെന്താണ് ബന്ധം? ഒരു സാധാരണക്കാരന് ഈ ചോദ്യം ഒരു അസംബന്ധചോദ്യമായി അനുഭവപ്പെടാം. ചായക്കപ്പ് ചായ കുടിക്കാനുള്ള പാത്രമാണെന്നും ഉഴുന്നുവട ഒരു ഭക്ഷ്യപദാർത്ഥമാണെന്നും ആയിരിക്കും നമുക്ക് ഉത്തരം ലഭിക്കുക. ഇവ തമ്മിലുള്ള ബന്ധം ചോദിച്ചാൽ ഇവ രണ്ടും ഹോട്ടലുകളിൽ കാണപ്പെടുന്നു എന്നും മറുപടി ലഭിക്കാം. ഇവയുടെ ആകൃതിയെപ്പറ്റി എന്തു പറയുന്നു എന്നു ചോദിച്ചാലോ? ചോദിക്കുന്ന ആളിന് നല്ല സുഖം പോരാ എന്ന് സ്വാഭാവികമായും ധരിക്കും.

ഒരു ടോപ്പോളജിസ്റ്റിനോടാണ് ഈ ചോദ്യം ചോദിക്കുന്നതെങ്കിൽ ആകൃതിയിൽ വളരെ സാമ്യമുള്ള രൂപങ്ങളാണ് ചായക്കപ്പും ഉഴുന്നുവടയും എന്ന് മറുപടി പറയും. ടോപ്പോളജി എന്ന ശാസ്ത്രശാഖയുടെ വിദഗ്ധരാണ് ടോപ്പോളജിസ്റ്റുകൾ. ടോപ്പോളജിസ്റ്റുകൾക്ക് വലത്തെ കാലിന്റെ ചെരിപ്പും ഇടത്തെ കാലിന്റെ ചെരിപ്പും തുല്യമാണ്! ഇത് ഒരു കിറുക്കാണെന്ന് തോന്നുമെങ്കിലും സംഗതി സത്യമാണ്. ആധുനിക ഗണിതശാസ്ത്രത്തിന്റെ ഒരു വിചിത്രശാഖയാണ് ടോപ്പോളജി.

സ്ഥലം എന്നർത്ഥമുള്ള ടോപ്പോസ് (topos), പഠനം എന്നർത്ഥമുള്ള ലോഗോസ് (logos) എന്നീ ഗ്രീക്കു വാക്കുകൾ ചേർന്നാണ് ടോപ്പോളജി (topologie) എന്ന ജർമ്മൻ വാക്കുണ്ടായത്. 1847-ൽ ജോൺ ബെനഡിക്റ്റ് ലിസ്റ്റിങ്ങ് (Johann Benedict Listing) ആണ് ഈ വാക്ക് തന്റെ Vorstudien zur Topologie എന്ന ഗ്രന്ഥത്തിൽ അവതരിപ്പിച്ചത്. പക്ഷേ പത്തു വർഷങ്ങൾക്കു മുമ്പു തന്നെ തന്റെ കത്തിടപാടുകളിൽ അദ്ദേഹം ഈ വാക്ക് ഉപയോഗിച്ചു തുടങ്ങിയിരുന്നു. 1883-ൽ നേച്ചർ (Nature) എന്ന മാസികയിലാണ് ഇതിന്റെ ഇംഗ്ലീഷ് രൂപമായ topology ആദ്യമായി ഉപയോഗിച്ചത്. ഈ ശാഖയിൽ വിദഗ്ധരായവർ ടോപ്പോളജിസ്റ്റുകൾ (Topologists) എന്ന് 1905-മുതൽ അറിയപ്പെടുന്നു.

ഗണിതശാസ്ത്രത്തിന്റെ ഒരുപ്രമുഖശാഖയായ ജ്യാമിതിയുടെ ഒരു വിപുലീകരണം (extension) എന്ന നിലയിലാണ് ടോപ്പോളജി ആരംഭിച്ചത്.

ടോപ്പോളജിക്ക് ജോർജ്ജ് കാന്ററിന്റെ (Georg Cantor) ഗണസിദ്ധാന്ത(Set Theory)വുമായി വളരെയേറെ ബന്ധമുണ്ട്. പത്തൊമ്പതാം നൂറ്റാണ്ടിന്റെ രണ്ടാം പകുതിയിൽ ജോർജ്ജ് കാന്റർ കണ്ടുപിടിച്ച ഗണസിദ്ധാന്തം ഒരു ക്യാൻസർ രോഗം പോലെ ഗണിതശാസ്ത്രത്തെയാകെ നശിപ്പിക്കുമെന്ന് ഗണിതശാസ്ത്രജ്ഞന്മാരുടെ ഒരു വിഭാഗം ആശങ്കപ്പെടുകയുണ്ടായി. പക്ഷേ നേരെ മറിച്ചാണ് സംഭവിച്ചത്. ഗണസിദ്ധാന്തം എല്ലാ ഗണിത ശാഖകളെയും സാധീനിക്കുകയും അവയുടെ വളർച്ചയ്ക്ക് വലിയ സംഭാവനകൾ നൽകുകയും ചെയ്തു. ഈ ഗണസിദ്ധാന്തം തന്നെയാണ് ടോപ്പോളജിയുടെ വളർച്ചയ്ക്കും സഹായകമായത്.

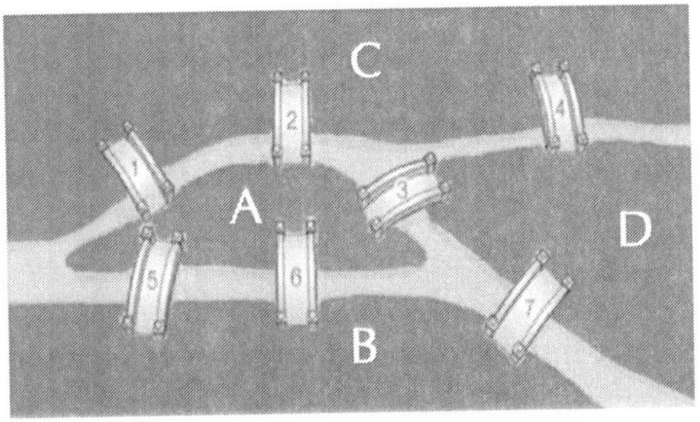

കോണിഗ്സ് ബർഗ്ഗ് പ്രശ്നം

ജ്യാമിതിയിലെ ചില ചോദ്യങ്ങൾക്കുള്ള ഉത്തരങ്ങൾ എന്ന നിലയിലാണ് ടോപ്പോളജി എന്ന ശാസ്ത്രശാഖയ്ക്ക് തുടക്കം കുറിച്ചത്. എന്ന് പറയാം പ്രശസ്ത ഗണിതശാസ്ത്രജ്ഞൻ ലിയോനാർഡ് ഓയിലർ (Leon-hard Euler) കോണിഗ്സ്ബർഗ്ഗിലെ ഏഴ് പാലങ്ങൾ എന്ന പ്രശ്നം 1763-ൽ അവതരിപ്പിക്കുകയുണ്ടായി. റഷ്യയിലെ കോണിഗ്സ് ബർഗ്ഗിലെ ഒരു നദിയിൽ നിർമ്മിക്കപ്പെട്ട ഏഴ് പാലങ്ങളിലൂടെ ഒരു പ്രാവശ്യം മാത്രം കടന്ന് (പാലങ്ങളൊന്നും വിട്ടു പോവാതെ) പുറപ്പെട്ട സ്ഥാനത്തു തന്നെ എത്താൻ സാധിക്കുമോ എന്നതാണ് പ്രശസ്തമായ കോണിഗ്സ്ബർഗ്ഗ് പാലത്തിന്റെ പ്രശ്നം. പാലങ്ങളുടെ നീളമോ പാലങ്ങൾ തമ്മിലുള്ള അകലമോ ഇതിൽ യാതൊരു സ്വാധീനവും ചെലുത്തുന്നില്ല എന്ന് നമുക്കു മനസ്സിലാക്കാം. ഇത്തരം ഒരു സഞ്ചാരം സാധ്യമല്ല എന്ന് ഓയിലർ തെളിയിക്കുകയുണ്ടായി. ഇതിന്റെ ഉത്തരം ഗ്രാഫ് തിയറി (Graph Theory) എന്ന ഒരു ഗണിതശാസ്ത്രശാഖയ്ക്ക് രൂപം നൽകാൻ സഹായിച്ചു. കോണിഗ്സ്ബർഗ് പ്രശ്നം ടോപ്പോളജിയുമായും ബന്ധപ്പെട്ടു കിടക്കുന്നു.

വളരെ ഗഹനവും സങ്കീർണ്ണവുമായ ഒരു വിഷയമാണ് ടോപ്പോളജി എന്ന് പറയാം. ഇതിന്റെ അടിസ്ഥാന ആശയത്തെ ലളിതമായി എങ്ങനെ സമീപിക്കാമെന്ന് നോക്കാം.

ഒരു അലാറം ക്ലോക്കിന്റെ ചിത്രം താഴെ കൊടുത്തിരിക്കുന്നത് ശ്രദ്ധിക്കുക.

ഈ ചിത്രം ഒരു റബ്ബർ ഷീറ്റിലാണ് വരച്ചിരിക്കുന്നത് എന്ന് സങ്കൽപ്പിക്കുക. റബ്ബർഷീറ്റ് പതുക്കെ ഇടതുവശത്തേക്കും വലതുവശത്തേക്കും വലിച്ചു നീട്ടുക. അപ്പോൾ ചിത്രത്തിന് വരുന്ന മാറ്റം താഴെ കൊടുക്കുന്നു.

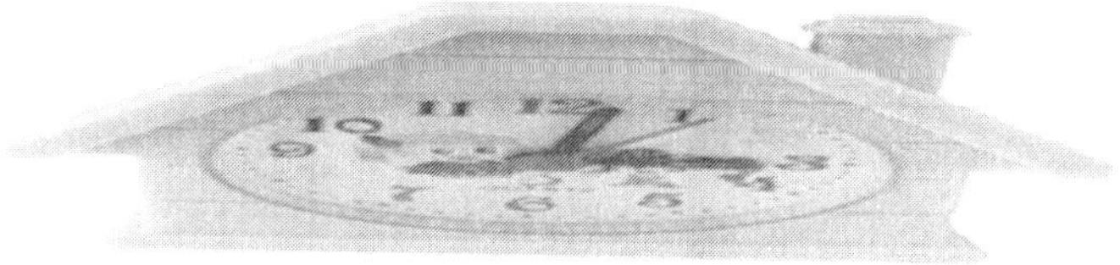

ആദ്യത്തെയും രണ്ടാമത്തെയും ചിത്രങ്ങൾ നമുക്ക് എങ്ങനെ താരതമ്യം ചെയ്യാം? ചിത്രത്തിലെ ബിന്ദുക്കൾക്ക് എന്തെങ്കിലും മാറ്റം സംഭവിച്ചോ, വലിച്ചുപിടിച്ചിരിക്കുന്ന റബ്ബർ ഷീറ്റിന്റെ പിടി വിട്ടാൽ നമുക്ക് ആദ്യത്തെ ചിത്രം തന്നെ ലഭിക്കും. അപ്പോൾ ചിത്രത്തിന് മാറ്റമൊന്നും സംഭവിച്ചിട്ടില്ല.

റബ്ബർഷീറ്റ് വലിച്ചുപിടിക്കുന്നതിന് പകരം അടുപ്പിക്കാൻ ശ്രമിച്ചാലോ, (കമ്പ്യൂട്ടറിലെ ചിത്രങ്ങൾക്ക് ഇത് എളുപ്പത്തിൽ സാധിക്കും. പ്രയോഗത്തിനല്ല തത്ത്വത്തിനാണ് ഇവിടെ പ്രാധാന്യമുള്ളത്.) ചിത്രം താഴെ കൊടുത്തിരിക്കുന്ന രീതിയിലാവും.

ഈ മൂന്ന് ചിത്രങ്ങളും ഒരർത്ഥത്തിൽ തുല്യമാണ്. ഇത് ടോപ്പോളജിയുടെ ഒരു അടിസ്ഥാന ആശയമാണെന്ന് പറയാം. റബ്ബർ ഷീറ്റുമായി ഈ ശാഖയ്ക്ക് പരോക്ഷമായി ബന്ധമുള്ളതിനാൽ ഈ ശാഖ റബ്ബർഷീറ്റ് ജ്യാമിതി (Rubber Sheet Geometry) എന്നും അറിയപ്പെടുന്നു.

ഇനി നമുക്ക് ചായക്കപ്പിന്റെയും ഉഴുന്നുവടയുടെയും പ്രശ്നത്തിലേക്ക് പോകാം.

ചായക്കപ്പിന്റെയും ഉഴുന്നുവടയുടെയും ആകൃതിയിൽ നമുക്ക് ഒരു ദ്വാരം കാണാം. അനുയോജ്യമായ രീതിയിൽ രൂപാന്തരീകരണം നടത്തി നമുക്ക് ചായക്കപ്പിന്റെ ആകൃതിയെ (ചായക്കപ്പിനെയല്ല) ഉഴുന്നുവടയുടെ ആകൃതിയിലേക്ക് മാറ്റാം. ഇവിടെ ദ്വാരം എന്ന ആശയത്തിന് ഒരു മുഖ്യസ്ഥാനമുണ്ട്. അപ്പോൾ ടോപ്പോളജിസ്റ്റുകൾക്ക്, ഒരു ദ്വാരമുള്ള വസ്തുക്കൾ, രണ്ട് ദ്വാരമുള്ള വസ്തുക്കൾ എന്നിങ്ങനെയുള്ളവയ്ക്ക് പ്രത്യേകതയുണ്ടെന്ന് മനസ്സിലാക്കാം. ഇംഗ്ലീഷ് ചെറിയ അക്ഷരങ്ങൾ പരിഗണിച്ചാൽ a , b , d , e , o , p , q എന്നിവ ഒറ്റ ദ്വാരങ്ങൾ ഉള്ള അക്ഷരങ്ങളും c , f , h , k , l , m , u , r , s , t , t , u , v , w , x , y , z എന്നിവ ദ്വാരങ്ങളേ ഇല്ലാത്ത അക്ഷരങ്ങളുമാണ്.

ടോപ്പോളജിയിൽ ചൂണ്ടിക്കാണിക്കാവുന്ന പ്രശസ്തങ്ങളായ രണ്ട് ഉദാഹരണങ്ങളാണ് മോബിയസ് നാടയും (Moebius strip or Mobius band) ക്ലിൻ ബോട്ടിലും (Klein Bottle).

1790–ൽ ജർമ്മനിയിൽ ജനിച്ച അഗസ്ത് ഫെർഡിനാന്റ് മോബിയസ് (August Ferdinand Moebius) ആണ് മോബിയസ് നാട അവതരിപ്പിച്ചത്. ഒരു തലം മാത്രമുള്ള നാട എന്ന നിലയിലാണ് ഇത് അവതരിപ്പിച്ചത്.

വീതി കുറവായ (നീളം കൂടുതലുള്ള) ഒരു നാടയ്ക്ക് രണ്ട് പ്രതലങ്ങൾ ഉണ്ടായിരിക്കും. ഒരു നീളമുള്ള കടലാസ് പരിശോധിച്ചാൽ നമുക്ക് ഇത് വ്യക്തമാവും. രണ്ട് പ്രതലമുള്ള നാടയുടെ ഒരറ്റം മടക്കി മറ്റേ അറ്റവുമായി കൂട്ടി ഒട്ടിച്ചാണ് മോബിയസ് നാട നിർമ്മിക്കുന്നത്. (ചിത്രം കാണുക) ഇത്തരം നാടയ്ക്ക് ഒരു പ്രതലം മാത്രമേ ഉണ്ടായിരിക്കുകയുള്ളൂ. ഒരു സാധാരണ കടലാസിന്റെ ഒരു പ്രതലത്തിൽ ചായം അടിച്ചാൽ ആ ഭാഗത്ത് മാത്രമേ ചായം ഉണ്ടാവുകയുള്ളൂ. ഒരു വക്ക് കടന്ന് പോവാതെ മറ്റെ വശത്ത് ചായം അടിക്കാൻ സാധ്യമല്ല. അതായത് കടലാസിന്റെ രണ്ട് പ്രതലങ്ങളും തീർത്തും വേർതിരിക്കപ്പെട്ടവയാണ്. മോബിയസ് നാടയെ സംബന്ധിച്ചെടുത്തോളം സ്ഥിതി വ്യത്യസ്തമാണ്. ഈ നാടയ്ക്ക് ഒരു പ്രതലം മാത്രമേ ഉണ്ടാവുകയുള്ളൂ. ഒരു ഭാഗത്ത് നിന്ന് ചായം അടിച്ചു തുടങ്ങിയാൽ വക്ക് കടക്കാതെതന്നെ മുഴുവൻ പ്രതലത്തിലും ചായമടിക്കാൻ കഴിയും. സാധാരണ നാടയുടെ ഒരു പ്രതലത്തിലെ ഒരു ഉറുമ്പിന് ഒരു വക്കിലൂടെ കടന്നു പോകാതെ മറ്റേ പ്രതലത്തിലെത്താൻ സാദ്ധ്യമല്ല. പക്ഷേ മോബിയസ് നാടയിലെ ഒരു ഉറുമ്പിന് വക്ക് കടക്കാതെ നാടയുടെ മുഴുവൻ പ്രതലത്തിലും നടന്നെത്താം.

രണ്ട് മോബിയസ് നാടകൾ കൂട്ടിച്ചേർത്ത രൂപമായി ക്ളിൻ ബോട്ടിലിനെ വിശേഷിപ്പിക്കാം. ഇതിന് അന്തർഭാഗം, ബഹിർഭാഗം എന്നിങ്ങനെ രണ്ട് ഭാഗങ്ങൾ ഉണ്ടായിരിക്കുകയില്ല. 1849ൽ ജർമ്മനിയിൽ ജനിച്ച ക്രിസ്ത്യൻ ഫെലിക്സ് ക്ളിൻ (Christian Felix Klein) ആണ് ഈ ബോട്ടിൽ അവതരിപ്പിച്ചത്.

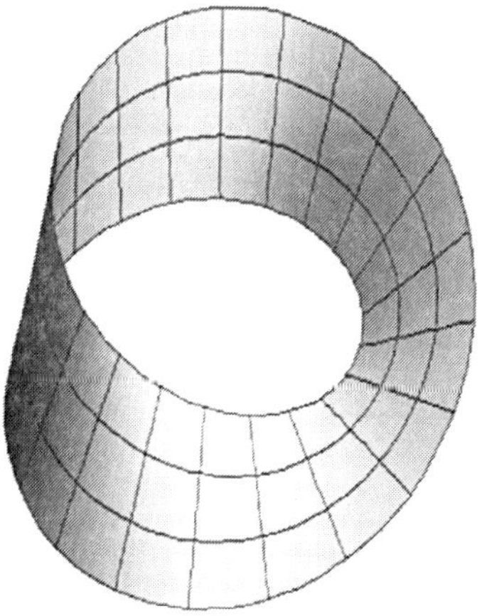

മോബിയസ് നാട

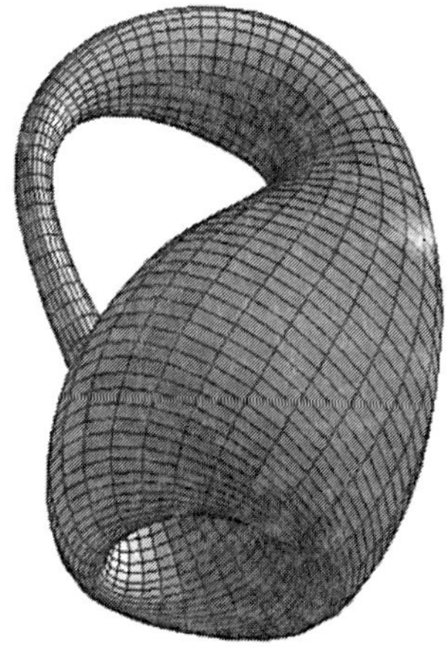

ക്ളിൻ ബോട്ടിൽ

ആധുനികഗണിതശാസ്ത്രശാഖ എന്ന നിലയിൽ ടോപ്പോളജി അനുദിനം, അതിവേഗം വളർന്നുകൊണ്ടിരിക്കുകയാണ്. Algebraic Topology, Metric Topology, Classical Topology , Differential Topology, Combinatorial Topology, Low -Diamensional Topology, Star Topology, Bus Topology, Token Bus Topology, Mesh Topology, Synthetic Topology, Zariski Topology, LAN ring Topology, LAN tree Topology തുടങ്ങി അനേകം ടോപ്പോളജികളായി ടോപ്പോളജി വളർന്നുകൊണ്ടിരിക്കുന്നു.

സംഖ്യാബോധം മനുഷ്യന് മാത്രമോ?

എണ്ണുന്നതിനുള്ള സംഖ്യാസമ്പ്രദായങ്ങൾ ഭൂമുഖത്ത് മനുഷ്യൻ മാത്രമേ ആവിഷ്കരിച്ചിട്ടുള്ളൂ എന്ന് നമുക്കറിയാം. മറ്റൊരു ജീവിയും പ്രത്യക്ഷത്തിൽ സംഖ്യകൾ ഉപയോഗിക്കുന്നില്ല.

എണ്ണുന്നതിന് യഥാർത്ഥത്തിൽ സംഖ്യകൾ വേണമെന്നില്ല. സംഖ്യകൾ കണ്ടുപിടിക്കുന്നതിന് മുമ്പുതന്നെ മനുഷ്യൻ എണ്ണാൻ തുടങ്ങിയിരുന്നു എന്നതിന് നമുക്ക് ഒട്ടേറെ തെളിവുകൾ ലഭിച്ചിട്ടുണ്ട്. സംഖ്യകൾ കൂടാതെ എണ്ണുന്നതിന് ഒന്നിനൊന്ന് പൊരുത്തം (One to one correspondance) എന്ന ആശയമാണ് ഉപയോഗിച്ചിരുന്നത്. പുരാതന മനുഷ്യൻ ആടുകളെ മേയാൻ പുറത്തു വിടുന്നതിന് മുമ്പ് ഓരോ ആടിനും ഓരോ കല്ല് വീതം ശേഖരിച്ച് ഒരു കൂമ്പാരമായി വെച്ചിരുന്നു. ഓരോ ആടും തിരിച്ചു വരുമ്പോൾ ഓരോ കല്ല് വീതം മാറ്റി വെക്കും. എല്ലാ കല്ലുകളും ഇങ്ങനെ മാറ്റിവെച്ചു കഴിഞ്ഞാൽ എല്ലാ ആടുകളും തിരിച്ചെത്തി എന്ന് അനുമാനിക്കും. കല്ല് ബാക്കി വന്നാൽ മുഴുവൻ ആടുകളും തിരിച്ചെത്തിയില്ല എന്ന് മനസ്സിലാക്കി നഷ്ടപ്പെട്ട ആടിനെ തേടിയിറങ്ങും.

മനുഷ്യനൊഴികെ മറ്റേതെങ്കിലും ജീവി സംഖ്യകൾ ഉപയോഗിക്കാതെയെങ്കിലും എണ്ണുന്നുണ്ടോ? അഥവാ ഏതെങ്കിലും ജീവിക്ക് സംഖ്യാബോധമുണ്ടോ എന്ന വസ്തുത ശാസ്ത്രജ്ഞന്മാരെ വളരെ മുമ്പുതന്നെ ആകർഷിച്ചിരുന്നു. സർക്കസ്സുകളിലും മറ്റും ചില മൃഗങ്ങളെ ചില ഗണിതക്രിയകൾ ചെയ്യാൻ കൃത്രിമമായെങ്കിലും പഠിപ്പിച്ചതായി കാണാം.

ഉദാഹരണമായി 2 + 3 = എന്ന് എഴുതിയ ഒരു ബോർഡ് കാണിച്ച് അതിനുള്ള ശരിയായ ഉത്തരം ഒന്നു മുതൽ പത്തുവരെ എഴുതിയിട്ടുള്ള കാർഡ്ബോർഡുകളിൽനിന്ന് തെരഞ്ഞെടുത്തു കൊണ്ടു വരാൻ മൃഗങ്ങളെ പരിശീലിപ്പിക്കാറുണ്ട്. ആളുകളെ വിശ്വസിപ്പിക്കാൻ മറ്റൊരു ഗണിതക്രിയയുടെ ശരിയായ ഉത്തരവും തെരഞ്ഞെടുക്കാൻ പരിശീലിപ്പിച്ചു എന്നുവരാം. പക്ഷേ ഇവിടെ യഥാർത്ഥത്തിൽ ആ മൃഗം കണക്കു

കൂട്ടുന്നതായി അനുമാനിക്കാൻ നിവൃത്തിയില്ല. ഓരോ സന്ദർഭത്തിലും ഒരു നിശ്ചിതകാർഡ് എടുക്കാനുള്ള പരിശീലനം മാത്രമേ നൽകിക്കാണാനിടയുള്ളൂ. ആദ്യത്തെ ഉദാഹരണത്തിൽ 2 + 3 = എന്നതിന് പകരം 7 + 3 = എന്ന് കാണിച്ചാലും ഒരുപക്ഷേ 5 എന്ന കാർഡ് തന്നെ തെരഞ്ഞെടുത്ത് കൊണ്ടുവന്നേക്കാം. ഈ പ്രകടനം ഗണിതവിജ്ഞാനം കൊണ്ടാണെന്ന് അനുമാനിക്കുന്നത് പൂർണ്ണമായും ശരിയാവണമെന്നില്ല.

ഒരു പരിധി വരെയെങ്കിലും ചില ജീവികൾ സംഖ്യാബോധം പ്രകടിപ്പിക്കുന്നതായി ശാസ്ത്രജ്ഞന്മാർ മനസ്സിലാക്കിയിട്ടുണ്ട്. ഒരു കൂട്ടിൽ ഏതാനും മുട്ടകൾ ഇട്ട് അകലെ പറന്നുപോയ പക്ഷി മുട്ടയിൽ ഒന്ന് കുറഞ്ഞുകാണുമ്പോൾ അസാധാരണമായ ശബ്ദം പുറപ്പെടുവിക്കുന്നത് ശാസ്ത്രജ്ഞന്മാർ ശ്രദ്ധിച്ചിട്ടുണ്ട്. കൃത്യമായ എണ്ണം മുട്ട കാണുമ്പോൾ പ്രത്യേക ശബ്ദം പുറപ്പെടുവിക്കാതിരിക്കുകയും ഒന്നോ രണ്ടോ മുട്ട കുറയുമ്പോൾ ശബ്ദം പുറപ്പെടുവിക്കുകയും ചെയ്യുന്നത് നിശ്ചയമായും സംഖ്യാബോധം ഉള്ളതുകൊണ്ടാണെന്ന് നമുക്ക് അനുമാനിക്കാം. അതേസമയം പക്ഷി, ഒന്ന്, രണ്ട്, മൂന്ന് എന്നിങ്ങനെ എണ്ണിയിട്ടല്ല കുറവ് മനസ്സിലാക്കുന്നതെന്ന് നമുക്ക് ഉറപ്പിച്ച് പറയാൻ സാധിക്കും.

പക്ഷികൾക്ക് എത്ര എണ്ണം വരെ തിരിച്ചറിയാൻ സാധിക്കും എന്ന കാര്യത്തിലും ശാസ്ത്രജ്ഞന്മാർ പരീക്ഷണം നടത്തിയിരുന്നു. രണ്ടോ മൂന്നോ മുട്ടകളുണ്ടെങ്കിൽ, ഒരു മുട്ട നീക്കം ചെയ്താൽ തിരിച്ചറിയുകയും അസാധാരണ ശബ്ദം പുറപ്പെടുവിക്കുകയും ചെയ്യും. നാലോ അതിൽ കൂടുതലോ മുട്ടകളുണ്ടെങ്കിൽ ഒരു മുട്ട നീക്കം ചെയ്താൽ പക്ഷികൾ തിരിച്ചറിയാറില്ലത്രെ.

സംഖ്യാബോധം ഏറ്റവും കൂടുതലുള്ള പക്ഷിയായി കണ്ടെത്തിയിട്ടുള്ളത് കാക്കയെയാണ്. ഇംഗ്ലീഷ് പ്രകൃതി ശാസ്ത്രജ്ഞനായിരുന്ന ലബ്ബോക്കിന്റെ (Lubbock) പരീക്ഷണമാണ് ഈ വസ്തുതയിലേക്ക് വെളിച്ചം വീശുന്നത്.

കാക്കകളിൽ സംഖ്യാബോധം ഉണ്ടോ എന്ന് മനസ്സിലാക്കാൻ അദ്ദേഹം നടത്തിയ പരീക്ഷണം ഇങ്ങനെയാണ്. കാക്കകൾ സൈ്വരവിഹാരം നടത്തുന്ന ഒരു പ്രദേശത്തെ ഒരു കെട്ടിടം അദ്ദേഹം തെരഞ്ഞെടുത്തു. ഒരു തോക്ക് ഉപയോഗിച്ച് കാക്കകളെ കുറച്ചു തവണ വെടി വെച്ചു. കാക്കകൾ കാൺകെ അദ്ദേഹം തോക്കുമായി ആ കെട്ടിടത്തിനുള്ളിലേക്ക് പോയി. കാക്കകൾ ആ ഭാഗത്തേക്ക് പോയതേ ഇല്ല. അല്പസമയം കഴിഞ്ഞ് കാക്കകൾ കാൺകെ അയാൾ തോക്കുമായി തിരിച്ചുപോന്നു. അതിനുശേഷം കാക്കകൾ ആ കെട്ടിടത്തിലേക്കു പോയി.

പിറ്റേ ദിവസം രണ്ടുപേർ തോക്കുകളുമായി കാക്കകൾ കാൺകെ കെട്ടിടത്തിനുള്ളിലേക്ക് ചെന്ന് ഒളിച്ചിരുന്നു. കാക്കകൾ ആ ഭാഗത്തേക്ക് പോയതേ ഇല്ല. കുറച്ചു കഴിഞ്ഞപ്പോൾ ഒരാൾ തിരിച്ചുപോന്നു. മറ്റേയാളും തിരിച്ചു പോന്നതിനുശേഷം മാത്രമേ കാക്കകൾ ആ ഭാഗത്തു

പോയുള്ളൂ. അടുത്ത ദിവസം കാക്കകൾ കാൺകെ മൂന്നുപേർ തോക്കുമായി കെട്ടിടത്തിനുള്ളിലേക്ക് പോയി ഒളിച്ചിരുന്നു. കുറച്ചുകഴിഞ്ഞ് ഒരാൾ തിരിച്ചുവന്നു. പിന്നീട് രണ്ടാമത്തെയാൾ തിരിച്ചുവന്നു. ഈ സമയത്തൊന്നും കാക്കകൾ കെട്ടിടത്തിനടുത്തേക്ക് പോയില്ല. മൂന്നാമത്തെയാളും തിരിച്ചുവന്നപ്പോൾ മാത്രമാണ് കാക്കകൾ കെട്ടിടത്തിനടുത്തേക്ക് പോയത്.

നാലു പേരെ അയച്ച് പരീക്ഷണം ആവർത്തിച്ചു. നാലു പേരും തിരിച്ചുവരുന്നതു വരെ കാക്കകൾ കെട്ടിടത്തിനടുത്തേക്ക് പോയില്ല. അഞ്ചു പേരെ അയച്ച് പരീക്ഷണം ആവർത്തിച്ചപ്പോൾ കാക്കയ്ക്ക് കണക്ക് തെറ്റി. നാലു പേർ തിരിച്ചു വന്നപ്പോൾ എല്ലാവരും തിരിച്ചുവന്നു എന്ന് കണക്കാക്കി കാക്കകൾ കെട്ടിടത്തിലേക്കു പോയി. കാക്കകൾക്ക് നാലു വരെ 'എണ്ണാൻ സാധിക്കുമെന്ന്' ലബ്ബോക്ക് ഈ പരീക്ഷണത്തിലൂടെ സ്ഥാപിച്ചു.

ചിലയിനം കടന്നലുകൾക്കും സംഖ്യാബോധം ഉണ്ടെന്നാണ് ലബ്ബോക്ക് അഭിപ്രായപ്പെട്ടത്. ഏതായാലും മനുഷ്യരല്ലാത്ത ജീവികൾക്കും ഒരു പരിധി വരെയെങ്കിലും സംഖ്യാബോധം ഉണ്ടെന്ന കാര്യം വളരെ കൗതുകകരമാണ്. ഈ വിഷയത്തിൽ ഇനിയും കൂടുതൽ പഠനങ്ങൾ പ്രതീക്ഷിക്കാം.

ഈജിപ്ഷ്യൻ ഭിന്നങ്ങൾ

ഭാരതത്തെപ്പോലെ ഒരു ഉയർന്ന ഗണിതപാരമ്പര്യം അവകാശപ്പെടാൻ സാധിക്കുന്ന ഒരു രാജ്യമാണ് ഈജിപ്ത്. സുമാർ ആറായിരം വർഷങ്ങൾക്ക് മുമ്പ് തന്നെ ഈജിപ്തിൽ ഗണിതശാസ്ത്രം വളരെ പുരോഗമിച്ചിരുന്നു. ഈജിപ്തിന്റെ ഗണിതപൈതൃകം വെളിവാക്കുന്ന ഒട്ടേറെ ചരിത്ര രേഖകൾ വിവിധ സ്ഥലങ്ങളിൽ നിന്ന് ലഭിച്ചിട്ടുണ്ട്.

പ്രധാനമായും രണ്ട് രീതികളിലുള്ള ലേഖന സമ്പ്രദായമാണ് പുരാതന കാലത്ത് ഈജിപ്തിൽ നിലനിന്നിരുന്നത്: ഹീറാറ്റിക്ക് (Hieratic) സമ്പ്രദായവും ഹീറോഗ്ലിഫിക്ക്സ് (Hieroglyphics) സമ്പ്രദായവും. പപ്പൈറസ് എന്ന പ്രതലത്തിൽ മുളങ്കമ്പുകൊണ്ട് മഷി ഉപയോഗിച്ച് എഴുതുന്ന രീതിയാണ് ഹീറാറ്റിക്ക് രീതി. രാജ്യഭരണവിവരങ്ങൾ, കണക്കുകൾ, രേഖകൾ, മറ്റ് പ്രധാനവിവരങ്ങൾ എന്നിവ ഈ രീതി ഉപയോഗിച്ചാണ് എഴുതിയിരുന്നത്. വിദ്യാർത്ഥികളെ ആദ്യം പഠിപ്പിച്ചിരുന്നത് ഈ രീതിയായിരുന്നു.

ചിത്രം 1. ഹീറോഗ്ലിഫിക്ക്സ്

ദൈവികമായ വിവരങ്ങൾ പാറക്കല്ലിൽ കൊത്തിയെടുത്ത് സൂക്ഷിക്കുന്ന രചനകളാണ് ഹീറോഗ്ലിഫിക്ക്സ്. (ചിത്രം 1) ഇതിന്

പ്രത്യേകം പരിശീലനം നൽകിയിരുന്നു. ഇത് സാധാരണ ജനങ്ങളെ പഠിപ്പിച്ചിരുന്നില്ല. വളരെ ഒരു ന്യൂനപക്ഷത്തെ മാത്രമേ ഇത് പഠിപ്പിച്ചിരുന്നുള്ളൂ. ഇംഗ്ലീഷ് ഭാഷയിൽ നാം 26 അക്ഷരങ്ങൾ അഥവാ ലിപികൾ ഉപയോഗിച്ചാണ് വാക്കുകളും ലേഖനങ്ങളും കവിതകളുമൊക്കെ എഴുതുന്നത്. ഈജിപ്തുകാരെ സംബന്ധിച്ചെടുത്തോളം രണ്ടായിരത്തോളം ചിഹ്നങ്ങൾ അവരുടെ ഭാഷയിൽ ഉപയോഗിച്ചിരുന്നു. മിക്ക ചിഹ്നങ്ങളും വസ്തുക്കളുടെ ചെറിയ ചിത്രങ്ങളായിരുന്നു.

സൂര്യനേയും പകലിനേയും സൂചിപ്പിക്കുന്നതിന് സൂര്യന്റെ ചിത്രം വരയ്ക്കും. കാലടി സൂചിപ്പിക്കാൻ കാലടിയുടെ ചിത്രം വരയ്ക്കും. അവരുടെ ഭാഷയിലെ ചില ചിഹ്നങ്ങൾ ചിത്രം (2) ൽ കാണാം.

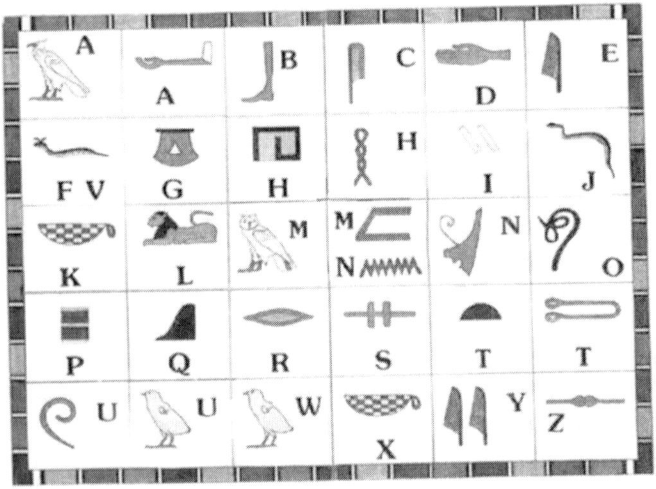

ചിത്രം 2. ഈജിപ്ഷ്യൻ ലിപികൾ

നാം ഇന്ന് ഉപയോഗിക്കുന്നതുപോലെ 10 അധിഷ്ഠാനമാക്കിയുള്ള അഥവാ ദശക്രമത്തിലുള്ള ഒരു സംഖ്യാ രീതിയാണ് അവർ ഉപയോഗിച്ചിരുന്നത്. പക്ഷേ പൂജ്യം ഉപയോഗിച്ചിരുന്നില്ല. അവർ ഉപയോഗിച്ചിരുന്ന സംഖ്യാചിഹ്നങ്ങൾ ചിത്രം (3)ൽ കൊടുത്തിരിക്കുന്നു. ഇവയിൽ ഒന്നിനെ സൂചിപ്പിക്കാൻ കുത്തനെ ഒരു വരയാണ് ഉപയോഗിക്കുന്നത്. രണ്ടിനെ സൂചിപ്പിക്കാൻ റ എന്ന ചിഹ്നം ഉപയോഗിക്കുന്നു. നൂറിനെ സൂചിപ്പിക്കാൻ ചുരുട്ടിയ ഒരു കയറിന്റെ ചിത്രമാണ് ഉപയോഗിച്ചിരുന്നത്. ആയിരത്തെ സൂചിപ്പിക്കാൻ താമരയുടേയോ ലില്ലിയുടേയോ ചിഹ്നം ഉപയോഗിക്കുന്നു. പതിനായിരത്തെ സൂചിപ്പിക്കാൻ ഒരു വിരലിന്റ ചിത്രം ഉപയോഗിക്കുന്നു. ലക്ഷത്തെ സൂചിപ്പിക്കാൻ വാൽമാക്രിയുടെയും പത്തു ലക്ഷത്തെ സൂചിപ്പിക്കാൻ രണ്ട് കൈകൾ ഉയർത്തിയ മനുഷ്യന്റെ ചിത്രവുമാണ് ഉപയോഗിച്ചിരുന്നത്.

ചിത്രം 3. ഈജിപ്ഷ്യൻ സംഖ്യാചിഹ്നങ്ങൾ

നമ്മുടെ സംഖ്യാസമ്പ്രദായത്തിൽ 236 എന്നാൽ രണ്ട് നൂറ്, മൂന്ന് പത്ത്, നൂറ് ഒറ്റ എന്നാണല്ലോ അർത്ഥം. 632 എന്ന് എഴുതിയാൽ സംഖ്യ മാറും. ആറ് നൂറും, മൂന്ന് പത്തും, രണ്ട് ഒറ്റയുമാവും. പക്ഷേ ഈജിപ്ഷ്യൻ സംഖ്യകൾക്ക് ഈ പ്രശ്നമില്ല. ഇടത്തോട്ടോ വലത്തോട്ടോ മുകളിലോട്ടോ താഴോട്ടോ എഴുതാം. കാരണം സ്ഥാനവില എന്ന ആശയം അവർക്കുണ്ടായിരുന്നില്ല.

ഒന്ന് , പത്ത്, നുറ് എന്നിങ്ങനെയുള്ള ഓരോ സംഖ്യയും ഓരോ അക്കം പോലെയാണ് പരിഗണിച്ചിരുന്നത്. 236 എന്നാൽ നമുക്ക് 2 X 100 + 3 X 10+ 6 = 236 ആണ്. 2+ 3+ 6 = 11 അല്ല. പക്ഷേ ഈജിപ്തുകാർക്ക് ∩1 എന്നാൽ 10+1 = 11 ആണ്. 1∩ എന്നാലും 1 + 10 = 11 ആണ്. ഈ രണ്ട് രീതിയിലെഴുതിയാലും ഒരേ സംഖ്യതന്നെ സൗകര്യത്തിനനുസരിച്ച് താഴെ നിന്ന് മുകളിലേക്കും മുകളിൽ നിന്ന് താഴേക്കും എഴുതിയിരുന്നു. മാത്രമല്ല കൂടുതൽ വരിയിലും നിരയിലുമായി ക്രമീകരിച്ചും എഴുതിയിരുന്നു.

അംശവും ഛേദവും ചേർന്നതാണല്ലോ ഭിന്നസംഖ്യ. a/b എന്ന ഭിന്നസംഖ്യയിൽ a അംശവും b ഛേദവുമാകുന്നു. ഈജിപ്തുകാരെ സംബന്ധിച്ചെടുത്തോളം അവരുടെ എല്ലാ ഭിന്നസംഖ്യകളുടെയും അംശം 1 ആണ്. അവർ 1/2, 1/3 , 1/4 എന്നിങ്ങനെയുള്ള ഭിന്നസംഖ്യകൾ മാത്രമാണ് ഉപയോഗിച്ചിരുന്നത്. അതിനാൽ ഇത്തരം ഭിന്നസംഖ്യകൾ ഈജിപ്ഷ്യൻ ഭിന്നസംഖ്യകൾ (Egyptian Fractions) എന്നാണറിയപ്പെടുന്നത്. ഇവ ഏകാംശഭിന്നങ്ങൾ എന്നും അറിയപ്പെടും. അവരുടെ എല്ലാ ഭിന്നസംഖ്യകളുടെയും ഛേദം 1 ആയതിനാൽ അംശം രേഖപ്പെടുത്തുക പതിവില്ല. അംശവും ഛേദവും രേഖപ്പെടുത്തുവാൻ നാം സാധാരണ ഒരു വര(/)യാണല്ലോ ഉപയോഗിക്കാറുള്ളത്. ഇതിനു പകരം സൂചിപ്പിക്കാൻ  ആണ് ഉപയോഗിക്കുന്നത്. ഇതു പ്രകാരം 1 / 2നെ സൂചിപ്പിക്കാൻ  എന്ന ചിഹ്നവും 1 / 3 നെ സൂചിപ്പിക്കുന്നതിന്  എന്ന ചിഹ്നവും ഉപയോഗിക്കും. ഭിന്നങ്ങളുടെ അംശം ഒന്നായാൽ 3 / 4 , 2 / 5 തുടങ്ങിയ ഭിന്നസംഖ്യകൾ എങ്ങനെ രേഖപ്പെടുത്തും എന്ന് സ്വാഭാവികമായും സംശയം വരാം. ഇങ്ങനെയുള്ള ഭിന്നസംഖ്യകളെ ഒന്ന് അംശമായിട്ടുള്ള ഭിന്നസംഖ്യകളുടെ തുകയായിട്ടാണ് രേഖപ്പെടുത്തുന്നത്. 3 / 4 = 1 /2 + 1 / 4 ആയതിനാൽ 3 / 4 നെ   എന്ന് രേഖപ്പെടുത്തും.

ഹോറൈസ്സിന്റെ കണ്ണ്

ചിത്രം 4

ഈജിപ്തിലെ പുരാണങ്ങളിൽ വളരെ പ്രധാനപ്പെട്ട ഒരു ദൈവരൂപത്തിന് പ്രാപ്പിടിയൻപക്ഷി(Falcon)യുടെ തലയാണുള്ളത്. ഈ രൂപമാണ് ഉഡ്ജത് (Udjat) എന്ന് അവരുടെ ഭാഷയിൽ അറിയപ്പെടുന്ന ഹോറൈസ്സ്. ഈ രൂപത്തിന്റെ കണ്ണ് ശക്തിയുടെ ചിഹ്നമായിട്ടാണ് ഈജിപ്തുകാർ കരുതിയിരുന്നത്. ഈ ചിഹ്നം ധരിച്ചാൽ ഭൂതപ്രേത പിശാചുക്കളിൽനിന്ന് രക്ഷപ്പെടാൻ സാധിക്കുമെന്ന് അവർ വിശ്വസിച്ചിരുന്നു. ഇതിന്റെ ഏകദേശരൂപം ചിത്രം (4)ൽ കാണാം. ഈ രൂപത്തിന് Rx എന്ന രൂപവുമായി സാദൃശ്യമുണ്ട് ഈ ചിഹ്നം ഡോക്ടറുമാരുടെ കുറിപ്പടികളിൽ ചേർക്കാറുണ്ട്.

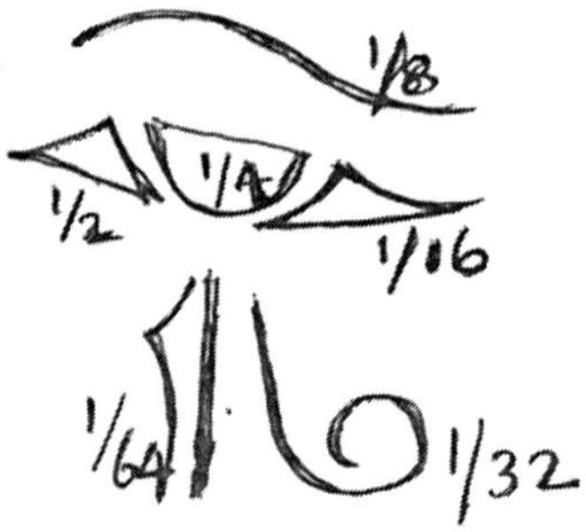

ചിത്രം 5

ഹൊറൈസ്സിന്റെ കണ്ണിന്റെ ഓരോ ഭാഗവും ഓരോ ഭിന്നസംഖ്യയെ സൂചിപ്പിക്കുന്നു. 1/2, 1/4, 1/8, 1/16, 1/32, 1/64 എന്നീ സംഖ്യകളാണ് ഇങ്ങനെ സൂചിപ്പിച്ചിരുന്നത്. ഇത് ചിത്രം (5)ൽ നിന്ന് മനസ്സിലാക്കാം. ഈജിപ്ത്കാരെ സംബന്ധിച്ചിടത്തോളം അംശം ഒന്ന് അല്ലാത്ത ഭിന്ന സംഖ്യ ഉപയോഗിക്കാറില്ലല്ലോ. അപ്പോൾ 3/4 പരിഗണിക്കേണ്ടി വരുമ്പോൾ 1/2 , 1/4 എന്നീ ഭാഗങ്ങൾ പരിഗണിക്കുന്നു. ഇതിന് ഈ ഭിന്ന സംഖ്യകൾ പ്രതിനിധീകരിക്കുന്ന ഭാഗങ്ങൾ ചേർത്ത് ഉപയോഗിച്ചിരുന്നു. ഇതുപോലെ സംയുക്തമാക്കി മറ്റ് സംഖ്യകളെയും സൂചിപ്പിച്ചിരുന്നു.

ചില ഭിന്നസംഖ്യകളെ ഭിന്ന സംഖ്യകളുടെ തുകയായി വ്യത്യസ്ത രീതികളിലും രേഖപ്പെടുത്തിയിരുന്നു. ആയിരക്കണക്കിന് വർഷങ്ങൾക്ക് മുമ്പ് തന്നെ ഈജിപ്തുകാർ ഗണിതത്തിൽ വളരെ വികാസം പ്രാപിച്ചിരുന്നു എന്നതിന് മറ്റ് തെളിവുകൾ ആവശ്യമില്ലല്ലോ.

കണക്ക് എളുപ്പത്തിൽ ഓർമ്മിക്കാം

ആവശ്യമുള്ള കാര്യങ്ങൾ ആവശ്യമുള്ള സമയത്ത് ഓർമ്മിക്കാൻ സാധിക്കാത്തതാണ് പലരുടെയും പ്രശ്നം. വിദ്യാർത്ഥികൾക്കാണ് ഈ പ്രശ്നം ഒരുപക്ഷേ കൂടുതലുള്ളത്. പഠിക്കുമ്പോഴൊക്കെ വ്യക്തമായി മനസ്സിലാവും, പരീക്ഷാസമയത്ത് ഒന്നും മനസ്സിൽ വരില്ല. മനസ്സിൽ വരുന്ന കാര്യം തന്നെ പലപ്പോഴും കൺഫ്യൂഷനിലുമായിരിക്കും.

അങ്കഗണിതം എന്നതിന്റെ ഇംഗ്ലീഷ് വാക്കു തന്നെയെടുക്കാം; Arithmetic ആണോ Mathematics പോലെ Arithmatics ഓ, അതോ Arithmetics ഓ. ഇതാ അങ്കഗണിതത്തിന്റെ ഇംഗ്ലീഷ് വാക്കിലെ അക്ഷരങ്ങൾ ഓർക്കാനൊരു വഴി A Rat In The House May Eat The Ice Cream ഈ വാചകം ഓർത്താൽ പിന്നെ Arithmeticന്റെ അക്ഷരങ്ങൾ ഏതെന്ന കൺഫ്യൂഷനേ ഉണ്ടാവില്ല. കണക്കിലെ ചില കാര്യങ്ങൾ എളുപ്പത്തിൽ ഓർക്കാനുള്ള വിദ്യ നമുക്ക് പരിശോധിക്കാം.

ഒരു ഭിന്നസംഖ്യ എന്നത് അംശം/ഛേദം ആയിരിക്കും. അംശം Numerator ഉം ഛേദം Denominator ഉം ആണ്. Numerator മുകളിലും Denominator താഴെയുമാണല്ലോ. Numerator ൽ U കാണാം. U എന്നത് Up നെ സൂചിപ്പിക്കുന്നു. Denominator കാണാം. ഇത് Down നെ സൂചിപ്പിക്കുന്നു. ഇനി Numeratorഓ Denominator ഓ മുകളിൽ വരിക എന്ന സംശയം വരില്ലല്ലോ മാത്രമല്ല NotreDam എന്ന വാക്ക് ഓർത്താലും പ്രശ്നം പരിഹരിക്കാം. ഇതിൽ N ആണ് D യേക്കാൾ ആദ്യം വരുന്നത്.

കുറവാണ്, കൂടുതലാണ് അഥവാ less than, greater than എന്നിവയ്ക്ക് <, > എന്നീ ചിഹ്നങ്ങളാണ് ഉപയോഗിക്കുന്നത്. ഇവിടെയും ഏത് ചിഹ്നം ഏതിനുപയോഗിക്കുന്നു എന്ന് സംശയം വരാം. Less than എന്നതിൽ L ഉണ്ട് <,> എന്നീ ചിഹ്നങ്ങളിൽ L നോട് സാമ്യമുള്ള ചിഹ്നം < ആണ്. ഇത് L തന്നെ അൽപമൊന്ന് ചെരിഞ്ഞു എന്ന് മാത്രം. <, > എന്നീ ചിഹ്നങ്ങളുടെ ദിശ തന്നെ നോക്കൂ < എന്നത് പിന്നോട്ടാണ് വരുന്നത്. > എന്നത് മുന്നോട്ട് പോകുന്നു. പിന്നോട്ട് വരുന്നത് ചെറുതും മുന്നോട്ട് പോകുന്നത് വലുതും എന്ന് ഓർത്താൽ മതി.

ഇനി സംഖ്യകളുടെ വിതരണനിയമം പരിഗണിക്കാം.

a (b +c) = ab + ac

ബ്രാക്കറ്റിന് പുറത്തുള്ള വസ്തു ബ്രാക്കറ്റിനകത്തുള്ളവർക്ക് കൃത്യമായി വിതരണം നടത്തുന്നു.

സാധാരണ പലിശ കാണാനുള്ള സൂത്രവാക്യം ശ്രദ്ധിക്കുക

I = പലിശ (Interest)

P = മുതൽ (Principle)

r = നിരക്ക് (rate)

t = സമയം (time)

ആയാൽ

I = prt ആയിരിക്കും.

ഇതിനെ I am pretty എന്ന് ഓർമ്മിക്കാം.

ഇതുപോലെ

D = ദൂരം (distance)

r = വേഗത (rate)

t = സമയം (time) ആയാൽ

ദൂരം = വേഗത x സമയം

D = r x t

ഇത് dirt എന്ന് ഓർമ്മിക്കാം.

അഖണ്ഡസംഖ്യകൾ അഥവാ WHOLE NUMBERS എന്നത് പൂജ്യവും എണ്ണൽസംഖ്യകളും ചേർന്നതാണല്ലോ. അഖണ്ഡസംഖ്യകളിൽ പൂജ്യം ഉൾപ്പെടുമോ? എന്താ സംശയം? WHOLE എന്നതിൽ തന്നെ O ഉണ്ടല്ലോ.

ഇനിയൊരു സംശയം വരാം. പൂർണ്ണ സംഖ്യകളിൽ നെഗറ്റീവ് സംഖ്യകൾ ഉണ്ടാകുമോ? പൂർണ്ണസംഖ്യയ്ക്കുള്ള ഇംഗ്ലീഷ് വാക്കു ഓർത്തു നോക്കൂ. INTEGER ഇതിൽ NEG കണ്ടോ? സംശയിക്കേണ്ട പൂർണ്ണ സംഖ്യകൾ എന്നാൽ പോസിറ്റീവ് സംഖ്യകൾ മാത്രമല്ല നെഗറ്റീവ് സംഖ്യകളും ഉൾപ്പെട്ടതാണ്. പക്ഷേ PRIME NUMBER എന്ന് എഴുതുമ്പോൾ I എന്നത് വെട്ടിക്കളയണം. I എന്നത് Prime numberൽ ഉൾപ്പെടില്ല. Primeൽ e ഒന്ന് മാത്രമേയുള്ളു even ആയതും ഒന്നു മാത്രം.

സ്റ്റാറ്റിസ്റ്റിക്സിൽ Mode (മോഡ്) എന്നാൽ ഏറ്റവും കൂടുതൽ ആവർത്തിക്കുന്ന പ്രാപ്താങ്കമായിരിക്കും അതെ Most Occurring Data Entry.

സമപാർശ്വ ത്രികോണത്തിന്റെ പ്രത്യേകത അത് ക്രിസ്തുമസ് ട്രീ പോലിരിക്കും.

മെട്രിക്ക് യൂനിറ്റുകൾ യഥാക്രമം കിലോ (kilo), ഹെക്റ്റോ (Hecto), ഡെക്ക (Deca), യൂനിറ്റ് (Unit) (മീറ്റർ, ലിറ്റർ, ഗ്രാം), ഡെസീ (Deci), സെന്റീ (Centi), മില്ലി (milli) എന്നിവയാണല്ലോ. ഇവ ഓർക്കാൻ K Hari Danced (Merrily, lazily, grandly) Drinking Chocolate Milk എന്ന വാചകം ഉപയോഗിക്കാം.

റോമൻ സംഖ്യ സമ്പ്രദായത്തിൽ L = 50, C = 100, D = 500, M = 1000 എന്ന് നമുക്കറിയാം. ഇതിൽ L, C, D, Mനെ ക്രമത്തിൽ ഓർക്കാൻ Laxmy Can't Drink Milk എന്ന് ഓർമ്മിക്കാം.

സങ്കലനം ഗുണനം വ്യവകലനം, ഹരണം എന്നിവ ഒരു ചോദ്യത്തിൽ വന്നാൽ ഏത് ക്രിയ ആദ്യം ചെയ്യണമെന്ന സംശയം വരാം. ഈ ക്രമം ഓർമ്മിക്കാൻ BODMAS ഉപയോഗിക്കുന്നു.

B = Bracket (ബ്രാക്കറ്റ്)

O = of (ന്റെ)

D = Division (ഹരണം)

M = Multiplication (ഗുണനം)

A = Addition (സങ്കലനം)

S = Subtraction (വ്യവകലനം)

ത്രികോണമിതിയിൽ ഒരു മട്ടത്രികോണത്തിന്റെ എതിർവശം (opposite side), സമീപവശം (Adjecent side), കർണ്ണം (Hypotnuse) എന്നിവ തമ്മിലുള്ള ആറ് അംശബന്ധങ്ങളാണ് പരിഗണിക്കുന്നത്. ഇവ ത്രികോണമിതി അംശബന്ധങ്ങൾ എന്നുപറയുന്നു. ഇവയിൽ ഓരോ ത്രികോണമിതി അംശബന്ധത്തിനും ഏതെല്ലാം വശങ്ങളുടെ അംശ ബന്ധങ്ങളാണ് ഉപയോഗിക്കുന്നത് എന്ന് സംശയം വരും. ആദ്യത്തെ മൂന്ന് ത്രികോണമിതി അംശബന്ധങ്ങൾ താഴെ കൊടുക്കുന്നു.

Sine = Opposite side / Hypotnuse

Cosine = Adjecent side / Hypotnuse

Tangent = Opposite side / Adjecent side

ഇതിനെ ചുരുക്കത്തിൽ SOH, CAH, TOA എന്നിങ്ങനെ നിർമ്മിക്കാം.

Some Old Horses Can Always Hear Their Owners Arrival

എന്ന വാചകം ഓർമ്മിച്ചാൽ അംശബന്ധങ്ങൾ ക്രമത്തിൽ ഓർമ്മിക്കാം.

ഒരു ഗ്രാഫിൽ I, II, III, IV എന്നിങ്ങനെ നാല് ചതുർത്ഥാംശങ്ങൾ (Quadrants) ഉണ്ടായിരിക്കും. Sine, Cosine, Tangent എന്നിവ മൂന്നും

ഒന്നാം ചതുർത്ഥാംശത്തിൽ പോസിറ്റീവ് ആയിരിക്കും. രണ്ടാം ചതുർത്ഥാംശത്തിൽ സൈൻ മാത്രം പോസിറ്റീവ് ആയിരിക്കും. മറ്റു രണ്ടും നെഗറ്റീവ് ആയിരിക്കും. ഇതുപോലെ മൂന്നിൽ ടാൻ പോസിറ്റീവ് ആയിരിക്കും. നാലിൽ കൊസൈൻ പോസിറ്റീവ് ആയിരിക്കും. മറ്റുള്ളവ നെഗറ്റീവ് ആയിരിക്കും. ഇതിനെ

I All positive

II Only Sine positive

III Only Tan positive

IV Only Cosine positive

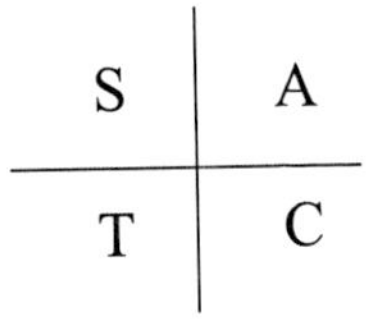

എന്ന് എഴുതാം. ഇതിനെ A S T C എന്ന് ഓർമ്മിക്കാം.

A Smart Trigonometry Class എന്നോ

All Stores Take Cash എന്നോ ഓർത്താൽ A S T C ഓർക്കാം.

പഠിച്ച കാര്യങ്ങൾ ഓർക്കാൻ ഇങ്ങനെ ചില ട്രിക്കുകൾ ഉപയോഗിച്ചാൽ ഗണിതപഠനം രസകരമായിരിക്കും.

നെഗറ്റീവും നെഗറ്റീവും പോസിറ്റീവോ?

നാം സാധാരണ ഉപയോഗിക്കുന്ന സംഖ്യകളെല്ലാം പോസിറ്റീവുകളാണ്. 4 എന്ന് എഴുതിയാൽ അത് +4 അഥവാ പോസിറ്റീവ് 4 ആയി കണക്കാക്കണം. പോസിറ്റീവ് സംഖ്യകളുടെ തുക പോസിറ്റീവ് ആയിരിക്കും.

ഒരു ചെറിയ സംഖ്യയിൽ നിന്ന് വലിയ സംഖ്യ കുറയ്ക്കുമ്പോൾ ഫലം നെഗറ്റീവ് ആയിരിക്കും. ഉദാ: 8 − 10 = −2

രണ്ട് പോസിറ്റീവ് സംഖ്യകളുടെ തുക പോസിറ്റീവ് ആകുന്നതുപോലെ രണ്ട് നെഗറ്റീവ് സംഖ്യകളുടെ തുക നെഗറ്റീവ് ആയിരിക്കും.

നെഗറ്റീവ് സംഖ്യകളുടെ ഗുണനം വരുമ്പോഴാണ് പ്രശ്നം. രണ്ട് പോസിറ്റീവ് സംഖ്യകളുടെ ഗുണനഫലം പോസിറ്റീവാണ്. നെഗറ്റീവ് സംഖ്യകളുടെ ഗുണനഫലവും പോസിറ്റീവാണ്! കുട്ടികളെ വളരെയേറെ പ്രയാസപ്പെടുത്തുന്ന കാര്യമാണ്. ഇത് ബോദ്ധ്യപ്പെടുത്താൻ അദ്ധ്യാപകരും 'ദഹിച്ചു കിട്ടാൻ' വിദ്യാർത്ഥികളും പാടുപെടുന്നു.

നമ്മുടെ നിത്യജീവിതത്തിൽ കാണുന്ന ചില പ്രതിഭാസങ്ങളെ ഉപയോഗപ്പെടുത്തിക്കൊണ്ട് ചിഹ്നസംഖ്യകൾ ഗുണിച്ചാലുള്ള ഫലങ്ങൾ വളരെ വ്യക്തമായി അവതരിപ്പിക്കാൻ കഴിയും.

നാം ഒരു വ്യക്തിയോട് അയാളുടെ പോക്കറ്റിൽ പണം ഉണ്ടോ എന്ന് ചോദിക്കുന്നുവെന്നിരിക്കട്ടെ. അയാളുടെ മറുപടി 'ഉണ്ട്' അല്ലെങ്കിൽ 'ഇല്ല' എന്നായിരിക്കും. ഈ രണ്ട് ഉത്തരമായാലും കാര്യം സ്പഷ്ടം.

ആ വ്യക്തി ഉത്തരം പറയുന്നത് 'ഇല്ലെന്നില്ല" എന്നായാലോ? ഇല്ല എന്നത് ഒരു നെഗറ്റീവ് ആശയമാണ് ഇല്ല, ഇല്ല! എന്ന് പറഞ്ഞാലും നെഗറ്റീവ് തന്നെ. പക്ഷേ 'ഇല്ലെന്നില്ല' എന്നാകുമ്പോൾ പണം ഉണ്ട് എന്ന് വരുന്നു. ഇവിടെ രണ്ട് നെഗറ്റീവ് ആശയങ്ങൾ ഒരു പോസിറ്റീവ് ആശയമുണ്ടാക്കുന്നു.

പോസിറ്റീവ് നെഗറ്റീവ് സംഖ്യകളുടെ ഗുണനഫലം നാല് വിധത്തിലാകാം. അവ താഴെ കൊടുക്കുന്നു.

(+) x (+) = +

(+) x (–) = –

(–) x (+) = –

(–) x (–) = +

ഈ നാല് ആശയങ്ങളെ വിശദീകരിക്കാനുള്ള ചില പ്രായോഗിക സന്ദർഭങ്ങൾ നമുക്ക് ശ്രദ്ധിക്കാം.

നമ്മുടെ ജീവിതത്തിൽ നമുക്കും സുഹൃത്തുക്കൾക്കും നിർഭാഗ്യ വശാൽ ശത്രുക്കളുണ്ടാകാറുണ്ട്. സുഹൃത്ത് എന്നത് ഒരു പോസിറ്റീവ് ആശയമായി കണക്കാക്കിയാൽ ശത്രു എന്നത് നെഗറ്റീവ് ആശയമാണ്.

നമ്മുടെ സുഹൃത്തിന്റെ സുഹൃത്ത് നമ്മുടെ സുഹൃത്ത് തന്നെയാ യിരിക്കും. ഇത് പോസിറ്റീവ് x പോസിറ്റീവ് = പോസിറ്റീവ് എന്ന് വിശദീ കരിക്കാം.

നമ്മുടെ സുഹൃത്തിന്റെ ശത്രുവോ? അവനെ നമുക്ക് ശത്രുവായി കണക്കാക്കണം. അപ്പോൾ പോസിറ്റീവ് x നെഗറ്റീവ് = നെഗറ്റീവ് ആയി കണക്കാക്കാം.

ഇനി നമ്മുടെ ശത്രുവിന്റെ സുഹൃത്തിന്റെ കാര്യമോ? അവനും നമ്മുടെ ശത്രു തന്നെ. അതായത് നെഗറ്റീവ് x പോസിറ്റീവ് എന്നത് നെഗ റ്റീവ് ആണ്.

ഇനി നമ്മുടെ ശത്രുവിന്റെ ശത്രു നമ്മുടെ മിത്രമായിരിക്കും. അപ്പോൾ നെഗറ്റീവ് x നെഗറ്റീവ് എന്നത് പോസിറ്റീവ് ആയി കണക്കാക്കാം.

സുഹൃത്ത് എന്നത് പോസിറ്റീവ് ആയും ശത്രു നെഗറ്റീവ് ആയും നാം സങ്കൽപിച്ചുവല്ലോ. ഒരാൾക്ക് സംഭവിക്കുന്ന നല്ല കാര്യങ്ങൾ പോസി റ്റീവ് ആയും ചീത്ത കാര്യങ്ങൾ നെഗറ്റീവ് ആയും സങ്കൽപിക്കുക

നമ്മുടെ സുഹൃത്തിന് ഒരു നല്ല കാര്യം സംഭവിക്കുന്നു. നമ്മെ സംബ ന്ധിച്ചും അത് നല്ലതുതന്നെ. ഇതിനെ രണ്ട് പോസിറ്റീവിന്റെ ഫലം. പോസിറ്റീവ് ആയി വിശദീകരിക്കാം.

നമ്മുടെ സുഹൃത്തിന് ഒരു ചീത്തകാര്യം സംഭവിച്ചാലും നമ്മുടെ ശത്രുവിന് നല്ല കാര്യം സംഭവിച്ചാലും നമ്മെ സംബന്ധിച്ചിടത്തോളം ചീത്ത കാര്യം തന്നെ. നമ്മുടെ ഒരു ശത്രുവിന് ലോട്ടറിയിൽ ഒന്നാം സമ്മാനം ലഭിക്കുകയോ നമ്മുടെ ഒരു സുഹൃത്തിന്റെ ആയിരം രൂപ നഷ്ടപ്പെട്ടു പോയാലോ നമുക്ക് ചീത്ത കാര്യം തന്നെ. ഇവിടെ നെഗ റ്റീവും പോസിറ്റീവും ചേരുമ്പോഴും പോസിറ്റീവും നെഗറ്റീവും ചേരു മ്പോഴും നെഗറ്റീവ് തന്നെ.

നമ്മുടെ ഒരു ശത്രുവിന് വലിയൊരു നഷ്ടം വന്നാൽ നാം ഉള്ളാലേ സന്തോഷിക്കും. വളരെ നന്നായി എന്നേ നമുക്ക് തോന്നുകയുള്ളൂ. ഇവിടെ രണ്ട് നെഗറ്റീവുകളുടെ ഫലം പോസിറ്റീവ് ആയി മാറുന്നു.

ഇനി ഭക്ഷണം കഴിക്കുന്ന ഒരു പ്രശ്നമാവട്ടെ. നമുക്ക് രണ്ടിനം ഭക്ഷണങ്ങളുണ്ടെന്ന് കരുതുക. നല്ല ഭക്ഷണവും ചീത്ത ഭക്ഷണവും. നല്ല ഭക്ഷണത്തെ പോസിറ്റീവ് ആയും ചീത്ത ഭക്ഷണത്തെ നെഗറ്റീവ് ആയും കണക്കാക്കുക. ഭക്ഷണം കഴിക്കുന്നതും കഴിക്കാതിരിക്കുന്നതും നമ്മുടെ ഇഷ്ടം. കഴിക്കുന്നത് പോസിറ്റീവ് ആയും കഴിക്കാതിരിക്കുന്നത് നെഗറ്റീവ് ആയും കണക്കാക്കാം.

നാം നല്ല ഭക്ഷണം കഴിക്കുന്നു. ഇത് നല്ല കാര്യം തന്നെ. അപ്പോൾ രണ്ട് പോസിറ്റീവുകൾ ചേരുമ്പോൾ പോസിറ്റീവ് ആകുന്നു. ചീത്ത ഭക്ഷണം കഴിക്കുന്നു എന്ന് വെക്കുക. നമ്മുടെ കാര്യം മോശം തന്നെ. നല്ല ഭക്ഷണം കഴിക്കാതിരിക്കുന്നതോ? അതും മോശം. ഇവിടെ ഒരു പോസിറ്റീവും നെഗറ്റീവും ചേരുമ്പോൾ ഫലം നെഗറ്റീവ് ആകുന്നു. ചീത്ത ഭക്ഷണം കഴിക്കാതിരുന്നാലോ? അത് വളരെ നല്ല ഒരു കാര്യമായിരിക്കും. അപ്പോൾ രണ്ട് നെഗറ്റീവുകൾ ചേരുമ്പോൾ പോസിറ്റീവ് ആകുന്നു.

കളിയുമായി ബന്ധപ്പെട്ട ഒരു ഉദാഹരണം നമുക്ക് പരിഗണിക്കാം. A, B എന്നീ രണ്ട് ടീമുകൾ ഒരു മത്സരത്തിൽ പങ്കെടുക്കുന്നു എന്നിരിക്കട്ടെ. സാങ്കേതികമായി പറഞ്ഞാൽ A യുടെ എതിർ ടീമാണ് B. നമുക്ക് A എന്ന ടീമിനെ പോസിറ്റീവ് ആയി പരിഗണിക്കാം. അപ്പോൾ സ്വാഭാവികമായും B ടീം നെഗറ്റീവ് ആയിരിക്കും.

മത്സരം കഴിഞ്ഞാൽ ഒരു ടീം വിജയിക്കും മറ്റേ ടീം പരാജയപ്പെടും. ജയിക്കുന്നത് പോസിറ്റീവ് ആയി കണക്കാക്കിയാൽ പരാജയപ്പെടുന്നത് നെഗറ്റീവ് ആയിരിക്കും. ജയവും പരാജയവും ഇല്ലാത്ത ഡ്രോ അവസ്ഥ ഇവിടെ പരിഗണിക്കേണ്ടതില്ല. ഈ അവസ്ഥ പൂജ്യമായിട്ടാണ് പരിഗണിക്കേണ്ടത്. നാം പോസിറ്റീവ്, നെഗറ്റീവ് അവസ്ഥകൾക്കാണ് പ്രാധാന്യം നൽകുന്നത്.

നാമിപ്പോൾ A യുടെ ഭാഗത്താണ് ഉള്ളത് എന്ന് സങ്കൽപ്പിക്കുക. അഥവാ A എന്നത് നമ്മുടെ ടീം തന്നെ. A ടീം ജയിച്ചാൽ നമുക്ക് സന്തോഷം 'അവരുടെ' ജയം നമുക്ക് ദുഃഖമാണ്.

നെഗറ്റീവ് x പോസിറ്റീവ് = നെഗറ്റീവ്

'അവർ' തോൽക്കുമ്പോൾ നമുക്ക് സന്തോഷം തന്നെ

കാരണം നമ്മളാണല്ലോ ജയിക്കുന്നത്

നെഗറ്റീവ് x നെഗറ്റീവ് = പോസിറ്റീവ്

നെഗറ്റീവും നെഗറ്റീവും ഗുണിക്കുമ്പോൾ പോസിറ്റീവ് ആവാൻ യാതൊരു പ്രയാസവുമില്ല എന്ന് നിങ്ങൾക്കിപ്പോൾ ബോദ്ധ്യമായില്ലേ?

അൽഖൊറാസ്മി: ഭാരതീയഗണിതത്തിന്റെ അംബാസഡർ

ഗണിതശാസ്ത്രത്തിന് അനേകം ശാഖകൾ ഉണ്ടെങ്കിലും ഏറ്റവും പ്രധാനമായി പരിഗണിക്കപ്പെടുന്നത് അങ്കഗണിതം (Arithmetic) ബീജഗണിതം (Algebra) ജ്യാമിതി (Geometry) എന്നീ മൂന്ന് ശാഖകളെയാണ്. ഇവയിൽ ബീജഗണിതത്തിന്റെ ഇംഗ്ലീഷ് പദമായ ആൾജിബ്രാ രൂപപ്പെട്ടത് ഹിസാബ് അൽജബർ വ അൽ മുഖാബല (Hisab al-jabr W'al- muqabala) എന്നതിലെ അൽജബർ എന്ന പദത്തിൽ നിന്നാണ്. അറബ് പണ്ഡിതൻ മുഹമ്മദ് ഇബ്ൻ മൂസ അൽഖൊറാസ്മിയുടെ (al-Khwarazmi Muhammd ibn musa) രണ്ടാമത്തെ ഗ്രന്ഥത്തിന്റെ പേരാണ് ഹിസാബ് അൽജബർ വ അൽ മുഖാബല. അദ്ദേഹത്തിന്റെ ആദ്യഗ്രന്ഥം ഭാരതത്തിന്റെ ദശാംശ സംഖ്യാരീതി പാശ്ചാത്യർക്ക് പരിചയപ്പെടുത്തിയ അൽജാ വ അൽത ഫറിക്ക് ഇബ് അൽ ഹിന്ദ് (Al-jam W'al - tafriq ib hisab al hind) എന്ന ഗ്രന്ഥമാണ്. സങ്കലനത്തിനും വ്യവകലനത്തിനുമുള്ള ഇന്ത്യൻ അങ്കഗണിതം (Addition and subtraction in Indian arithmetic) എന്നാണ് ഈ ഗ്രന്ഥനാമത്തിന്റെ വിശദീകരണം.

അൽഖൊറാസ്മി

ഉസ്ബക്കിസ്ഥാനിൽ ഇപ്പോൾ ഖിവ എന്നറിയപ്പെടുന്ന ഖാറിസിം (Khwarizm) യിൽ സുമാർ 780 ലാണ് അൽഖൊറാസ്മിയുടെ ജനനം.

ബാഗ്ദാദിലെ പണ്ഡിതസഭയിലെ (House of wisdom) ഒരു അംഗമായിരുന്നു അൽഖൊറാസ്മി. ഒരു അക്കാദമിയും ലൈബ്രേറിയും എന്ന നിലയിൽ 813 ൽ കാലിഫ് അൽ മാമൺ (Caliph al Mamun) സ്ഥാപിച്ച പണ്ഡിതസഭയിലെ ലൈബ്രേറി പ്രശസ്തമായ അലക്സാണ്ട്രിയൻ

അൽഖൊറാസ്മിയുടെ
ആൾജിബ്രയുടെ കവർ പേജ്

ലൈബ്രറി നശിപ്പിക്കപ്പെട്ടശേഷം ലോകത്തിൽ സ്ഥാപിക്കപ്പെട്ട ആദ്യത്തെ ലൈബ്രറിയാണ്. ഈ ലൈബ്രറിയിലേക്ക് മറ്റ് ഭാഷകളിൽ നിന്ന് വിജ്ഞാന ഗ്രന്ഥങ്ങൾ വിവർത്തനം ചെയ്ത് തയ്യാറാക്കുന്നതിന് ധാരാളം പണ്ഡിതന്മാരെ നിയമിക്കുകയുണ്ടായി. ഇതിൽ ഗണിതശാസ്ത്രത്തിലും ജ്യോതിശാസ്ത്രത്തിലും ഗ്രന്ഥങ്ങൾ തയ്യാറാക്കാനാണ് അൽ ഖൊറാസ്മിയെ നിയമിച്ചിരുന്നത്.

ഭാരതത്തിൽ ദശാംശസംഖ്യാരീതി കണ്ടുപിടിക്കുന്നതിന് മുമ്പ് കണക്കുകൂട്ടുന്നതിന് റോമൻ സംഖ്യാരീതിയാണ് പല സ്ഥലത്തും ഉപയോഗിച്ചിരുന്നത്. ഈ സംഖ്യാരീതി കണക്കുകൂട്ടുന്നതിന് തീരെ അനുയോജ്യമായിരുന്നില്ല. അതിനാൽ മണിച്ചട്ടത്തിന്റെ (Abacus) സഹായത്തോടെ വളരെ പ്രയാസപ്പെട്ടാണ് അക്കാലത്ത് ഗണിതക്രിയ ചെയ്തുകൊണ്ടിരുന്നത്. പൂജ്യത്തിന്റെ കണ്ടുപിടിത്തത്തോടെ ദശാംശസംഖ്യാരീതി ആവിഷ്ക്കരിക്കപ്പെടുകയും ഗണിതക്രിയ വളരെ എളുപ്പമായി തീരുകയും ചെയ്തു. ഈ ഗണിതക്രിയാരീതി പരിചയപ്പെടുത്തുന്നതിനാണ് അൽ ഖൊറാസ്മി തന്റെ ആദ്യഗ്രന്ഥം രചിച്ചത്. സംഖ്യകൾ എളുപ്പത്തിൽ രേഖപ്പെടുത്തുന്ന വിധവും അത്ഭുതകരമായ രീതിയിൽ ഗണിതക്രിയകൾ ചെയ്യുന്ന രീതികളും അദ്ദേഹം തന്റെ ഗ്രന്ഥത്തിൽ വിശദീകരിക്കുകയുണ്ടായി. മുന്നൂറ് വർഷങ്ങൾക്കുശേഷം ഈ ഗ്രന്ഥം ലാറ്റിനിലേക്ക് വിവർത്തനം ചെയ്യപ്പെട്ടതോടെയാണ് ഭാരതത്തിന്റെ എളുപ്പരീതി പാശ്ചാത്യർക്ക് പരിചയപ്പെടാൻ സാധിച്ചത്.

അൽഖൊറാസ്മിയുടെ രണ്ടാമത്തെ ഗ്രന്ഥമായ ഹിസാബ് അൽജബർ വ അൽ മുഖാബല ഗണിതം പഠിപ്പിക്കുന്നതിനുള്ള ഒരു പഠനസഹായിയായിട്ടാണ് രചിക്കപ്പെട്ടത്. വ്യാപാരം, സർവെ, നിയമപഠനം, കെട്ടിട നിർമ്മാണം തുടങ്ങിയ മേഖലകളിൽ ആവശ്യമായ ഗണിതം പഠിപ്പിക്കുന്നതിനുള്ള ഒരു ഗ്രന്ഥം എന്ന നിലയിൽ ഗണിതത്തിന്റെ ആരംഭമായ എണ്ണൽ സംഖ്യയിൽ നിന്നുതന്നെ അൽഖൊറാസ്മി തന്റെ ഗ്രന്ഥം ആരംഭിക്കുന്നു. എണ്ണൽ സംഖ്യകൾക്ക് ഒരു നിർവചനംതന്നെ അദ്ദേഹം ഇതിൽ നൽകുന്നുണ്ട്. ആൾജിബ്രായിൽ പൊതുവെ സംഖ്യകൾക്ക് പകരം അക്ഷരങ്ങൾ (ചരങ്ങൾ) ആണ് ഇപ്പോൾ ഉപയോഗിക്കുന്നത്. പക്ഷേ രസകരമായ ഒരു വസ്തുത, ആൾജിബ്രാ എന്ന പേരിന് കാരണമായ ഗ്രന്ഥം രചിച്ച അൽഖൊറാസ്മി തന്റെ ഗ്രന്ഥത്തിൽ ചിഹ്നങ്ങൾ

ഉപയോഗിച്ചിരുന്നില്ല, വാക്കുകളാണ് ഉപയോഗിച്ചിരുന്നത്. സംഖ്യയ്ക്ക് യൂനിറ്റ് (unit) എന്നും അജ്ഞാതരാശിയെ റൂട്ട് (root) എന്നും ഒരു സംഖ്യയെ അതേ സംഖ്യകൊണ്ട് ഗുണിച്ചഫലത്തെ വർഗ്ഗം (Square) എന്നുമാണ് ഉപയോഗിച്ചിരുന്നത്.

സമവാക്യങ്ങൾ നിർദ്ധാരണം ചെയ്യുന്നതിന് അദ്ദേഹം രണ്ട് ക്രിയകളാണ് ഉപയോഗിച്ചിരുന്നത്. അൽജബറും മുഖാബലയും. ഒരു സമവാക്യത്തിൽ നിന്ന് നെഗറ്റീവ് പദങ്ങൾ ഉചിതമായ രീതിയിൽ ഒഴിവാക്കുകയാണ് ആദ്യത്തെ ക്രിയ. ഉദാഹരണമായി ആധുനിക ഗണിതത്തിലെ ചിഹ്നരീതി പ്രകാരം $x^2 - 3x = 2$ എന്നതിനെ $x^2 = 3x + 2$ എന്ന രൂപത്തിലേക്ക് മാറ്റുന്നു. സമവാക്യത്തെ ഒരു തുലനം ചെയ്യലാണ് (balancing) രണ്ടാമത്തെ ക്രിയ. ഇങ്ങനെ തുലനം ചെയ്തുകൊണ്ട് ആറ് രീതികളിലുള്ള സമവാക്യങ്ങളിലാണ് ദ്വിമാനസമവാക്യങ്ങളെ എത്തിച്ചത്. ആധുനിക രീതിയിലെ പൂർണ്ണവർഗ്ഗമാക്കൽ (completing the square) എന്ന ക്രിയയുമായി ഈ ക്രിയ ബന്ധപ്പെട്ടിരിക്കുന്നു.

അൽഖൊറാസ്മി കൈകാര്യം ചെയ്തിരുന്ന മിക്ക പ്രശ്നങ്ങളും ജ്യാമിതിയുമായി ബന്ധപ്പെട്ടിരുന്നതിനാൽ നെഗറ്റീവ് വില സ്വീകരിക്കുന്ന രീതി ഒഴിവാക്കപ്പെട്ടിരുന്നു. ദ്വിമാന സമവാക്യങ്ങൾക്ക് രണ്ട് വിലകൾ ലഭിക്കുമെന്ന കാര്യം അദ്ദേഹം മനസ്സിലാക്കിയിരുന്നു. ഗോളം, വൃത്തസ്തൂപിക തുടങ്ങിയ ലഘുവായ ജ്യാമിതീയ രൂപങ്ങളുടെ വ്യാപ്തം കാണാനുള്ള വഴികൾ അദ്ദേഹം തന്റെ ഗ്രന്ഥത്തിൽ വിശദീകരിച്ചിരുന്നു.

ജ്യോതിശാസ്ത്രം, കലണ്ടർ, ഭൂമിശാസ്ത്രം എന്നീ വിഷയങ്ങളിലും അദ്ദേഹം ഗ്രന്ഥങ്ങൾ രചിച്ചിരുന്നു. ഒരു കൃത്യമായ ഭൂപടം തയ്യാറാക്കുന്നതിന് 2400ഓളം സ്ഥാനങ്ങളിലെ അക്ഷാംശവും രേഖാംശവും അദ്ദേഹം കണക്കാക്കിയിരുന്നു.

ഇപ്പോൾ വളരെ പ്രചാരത്തിലുള്ള ഒരു പദമാണ് അൽഗോരിതം (algorithm) ഒരു പ്രവൃത്തി ചെയ്യുന്നതിനുള്ള ക്രമമായ ക്രിയകളുടെ പട്ടികയായി അൽഗോരിതത്തെ വിശദീകരിക്കാം. ഉദാഹരണമായി ഒരു സുഹൃത്തിന് ഫോൺ ചെയ്യുന്നതിന്, ആദ്യം റിസീവർ കയ്യിലെടുക്കുക. ഡയൽ ടോൺ പരിശോധിക്കുക. ക്രമത്തിൽ നമ്പറുകൾ ഡയൽ ചെയ്യുക തുടങ്ങിയ നിശ്ചിത ക്രിയകളുടെ പട്ടികയുണ്ടല്ലോ. ഈ അൽഗോരിതം എന്ന വാക്ക് അൽഖൊറാസ്മിയുടെ പേരുമായി ബന്ധപ്പെട്ടിരിക്കുന്നു. മധ്യകാല യൂറോപ്യൻ പണ്ഡിതന്മാർ അദ്ദേഹത്തിന്റെ പേര് ലാറ്റിനിലേക്ക് വിവർത്തനം ചെയ്യുമ്പോൾ അൽഗോരിസം (algorism) എന്ന വാക്ക് ഉപയോഗിക്കാനിടയായി. ഈ വാക്ക് പിന്നീട് അൽഗോരിതമായി രൂപം പ്രാപിച്ചു.

ഭാരതീയഗണിതരീതി വിദേശികൾക്ക് പരിചയപ്പെടുത്താൻ സഹായിച്ച അൽ ഖൊറാസ്മിയോട് ഭാരതീയർ സീമാതീതമായി കടപ്പെട്ടിരിക്കുന്നു. അദ്ദേഹം ഭാരതീയഗണിതത്തിന്റെ അംബാസഡർ തന്നെ.

ചിത്രങ്ങളും സംഖ്യകളും

ചിത്രങ്ങളും സംഖ്യകളും തമ്മിലെന്താണ് ബന്ധം? നാം ഇന്ന് രേഖപ്പെടുത്തുന്ന സംഖ്യകളെല്ലാം, ഒരു വിധത്തിൽ പറഞ്ഞാൽ ചിത്രങ്ങളാണ്. സംഖ്യ എന്നത് ഒരു ആശയമാണ്. ഈ ആശയത്തെ സൂചിപ്പിക്കുന്ന ചിഹ്നങ്ങൾ അഥവാ ചിത്രങ്ങളാണ് 2, 3, 5 എന്നിവ.

ഒരു ഉദാഹരണത്തിലൂടെ ഇത് കൂടുതൽ വ്യക്തമാക്കാം. അഞ്ച് എന്ന ഒരു സംഖ്യ പരിഗണിക്കുക. ഇതിനെ നാം 5 എന്ന് രേഖപ്പെടുത്തുന്നു. പക്ഷേ അഞ്ചിനെ നാം ഇങ്ങനെതന്നെ രേഖപ്പെടുത്തണമെന്നുണ്ടോ? 11111 എന്നത് 5 നെ സൂചിപ്പിക്കും. V എന്ന് എഴുതിയാൽ അത് റോമൻ സംഖ്യാ സമ്പ്രദായത്തിൽ അഞ്ചാണ്. ലോകത്ത് ധാരാളം ഭാഷകൾ നിലവിലുണ്ട്. മിക്ക ഭാഷകൾക്കും അഞ്ച് എന്ന സംഖ്യയെ സൂചിപ്പിക്കാൻ പ്രത്യേകം വാക്കുകളും ചിഹ്നങ്ങളുമുണ്ട്. ഇവ ആയിരക്കണക്കിന് വരും. നിവർത്തിപ്പിടിച്ച ഒരു കൈയ്യുടെ ചിത്രവും 5 നെ സൂചിപ്പിക്കാം. കമ്പ്യൂട്ടറിൽ ഉപയോഗിക്കുന്ന ദശക്രമസമ്പ്രദായത്തിൽ (Binary system) അഞ്ചിനെ 101 എന്നാണ് സൂചിപ്പിക്കുന്നത്. 5 എന്ന ഒരേ ഒരു ആശയത്തെമാത്രം സൂചിപ്പിക്കാൻ നാം എന്തെല്ലാം പദങ്ങളും ചിഹ്നങ്ങളും ചിത്രങ്ങളും ഉപയോഗിക്കുന്നു! അപ്പോൾ സംഖ്യകൾക്ക് ചിത്രവുമായി ബന്ധമുണ്ട്.

നാം മലയാളികൾ സംഖ്യകളെ സൂചിപ്പിക്കാൻ 1, 2, 3, 4, ... എന്നീ സംഖ്യാചിഹ്നങ്ങൾ തന്നെയാണ് ഉപയോഗിക്കുന്നത്. പക്ഷേ മലയാള ഭാഷയിൽ സംഖ്യകളെ സൂചിപ്പിക്കാൻ പ്രത്യേകം ചിഹ്നങ്ങളുണ്ടെന്ന് എത്രപേർക്കറിയാം?

സംഖ്യാചിഹ്നങ്ങളെ ഒരു ചിത്രമായിട്ടാണ് നാം പരിഗണിച്ചത്. ഇവ സംഖ്യാചിഹ്നങ്ങളായി മാറ്റിവെച്ചാലും സംഖ്യകളെ ചിത്രങ്ങൾ വഴി സൂചിപ്പിക്കാൻ പല മാർഗ്ഗങ്ങളും ഗണിതത്തിലുണ്ട്.

സംഖ്യകളെ ജ്യാമിതീയ ചിത്രങ്ങളുമായി ബന്ധപ്പെടുത്തുകയാണ് ഒരു മാർഗ്ഗം. ഇത്തരമൊരു മാർഗ്ഗത്തിന് രൂപം നൽകിയത് ഗ്രീക്ക് ഗണിതശാസ്ത്രജ്ഞൻ പൈതഗോറസാണ്. അദ്ദേഹം സംഖ്യകളും ജ്യാമിതീയ

രൂപങ്ങളും തമ്മിലുള്ള ബന്ധം ആവിഷ്കരിച്ചുകൊണ്ട് ചിത്രസംഖ്യകൾ (Figurate Numbers) അവതരിപ്പിച്ചു. ത്രികോണസംഖ്യകൾ (Triangular Numbers), ചതുരസംഖ്യകൾ (Square Numbers), പഞ്ചഭുജസംഖ്യകൾ (Pentagonal Numbers) എന്നിവ അദ്ദേഹമാണ് അവതരിപ്പിച്ചത്.

ത്രികോണ സംഖ്യകൾ (Triangular Numbers)

താഴെ കൊടുത്തിരിക്കുന്ന ചിത്രങ്ങൾ ശ്രദ്ധിക്കുക

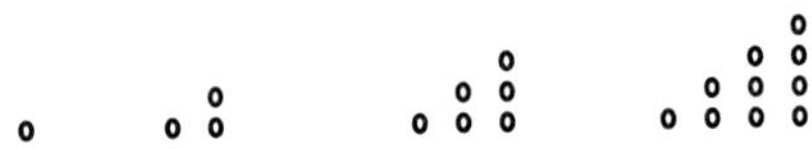

1 3 6 10

ഒരു വരിയിൽ ഒന്ന്, അടുത്തവരിയിൽ രണ്ട്, അതിനടുത്തവരിയിൽ 3 എന്നിങ്ങനെ കുത്തുകൾ ക്രമീകരിച്ചിരിക്കുന്നു. ഓരോ ചിത്രത്തിലുമുള്ള കുത്തുകളുടെ എണ്ണം ക്രമത്തിൽ 1, 3, 6, 10, 15, ... എന്നിങ്ങനെയായിരിക്കും. ഈ സംഖ്യകളാണ് ത്രികോണ സംഖ്യകൾ

n ഒരു പൂർണ്ണസംഖ്യയായാൽ n(n+1) എന്നത് ഒരു ത്രികോണസംഖ്യയായിരിക്കും. ത്രികോണസംഖ്യകൾ തുടർച്ചയായ എണ്ണൽ സംഖ്യകളുടെ തുക ആയിരിക്കും.

$$1 = 1$$
$$1 + 2 = 3$$
$$1 + 2 + 3 = 6$$
$$1 + 2 + 3 + 4 = 10$$
$$1 + 2 + 3 + 4 + 5 = 15$$

മറ്റ് ത്രികോണസംഖ്യകൾ നിങ്ങൾക്ക് കണ്ടുപിടിക്കാമല്ലോ.

സമചതുരസംഖ്യകൾ (Square Numbers)

1, 2, 3, 4, 5, ... എന്നിവയാണല്ലോ തുടർച്ചയായ എണ്ണൽസംഖ്യകൾ ഇവയുടെ വർഗ്ഗങ്ങളായ 1, 4, 9, 16, 25, ... എന്നിവ സമചതുരസംഖ്യകൾ എന്നറിയപ്പെടുന്നു.

താഴെ കൊടുത്തിരിക്കുന്ന ചിത്രങ്ങളിൽ നിന്നും നിങ്ങൾക്ക് സംഖ്യകളുടെ ചിത്രരൂപങ്ങൾ മനസ്സിലാക്കാൻ സാധിക്കും.

1 4 9 16

തികോണങ്ങൾ ഉപയോഗിച്ച് ഈ സംഖ്യകളെ എങ്ങിനെ രേഖപ്പെടുത്താമെന്ന് ശ്രദ്ധിക്കൂ.

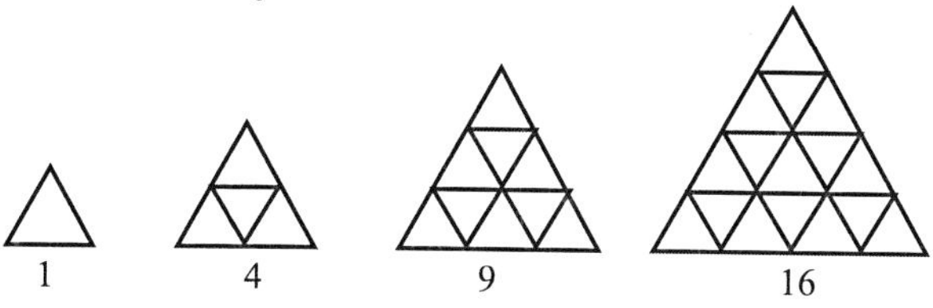

ഓരോ ചിത്രത്തിലുമുള്ള ത്രികോണങ്ങളുടെ എണ്ണമാണ് സംഖ്യകളെ സൂചിപ്പിക്കുന്നത്.

ഓരോ സമചതുരസംഖ്യയും തൊട്ടടുത്ത സമചതുരസംഖ്യയും തമ്മിലുള്ള തുക താഴെ കൊടുക്കുന്നു.

1 = 1

1 + 4 = 5

4 + 9 = 13

9 + 16 = 25

16 + 25 = 41

ഈ സംഖ്യകൾ ക്രമത്തിൽ കിട്ടുന്ന ഒരു ചിത്രം താഴെ കൊടുക്കുന്നു.

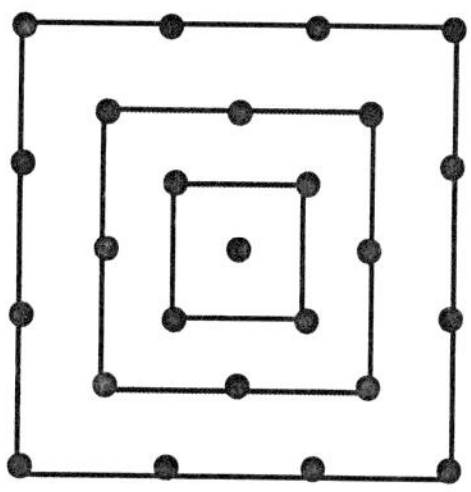

ചിത്രം വരച്ചിരിക്കുന്ന രീതി ശ്രദ്ധിക്കുക. ആദ്യം ഒരു ചെറിയ വൃത്തം (മധ്യത്തിൽ) കാണാം. ഇതിന് ചുറ്റും നാല് ചെറിയ വൃത്തങ്ങൾ സമചതുരാകൃതിയിൽ ക്രമീകരിച്ചിരിക്കുന്നു. അപ്പോൾ ആകെ വൃത്തങ്ങൾ = 1+4=5

ഈ നാലു വൃത്തങ്ങൾക്ക് വെളിയിലായി സമചതുരാകൃതിയിൽ തന്നെ 4 ചെറിയ വൃത്തങ്ങൾ വരച്ചിരിക്കുന്നു. നാല് ഭാഗത്തും മധ്യഭാഗത്തായി 4 വൃത്തങ്ങൾ കൂടി വരച്ചിരിക്കുന്നു. ഇപ്പോൾ വൃത്തങ്ങളുടെ എണ്ണം= 5+8=13

വൃത്തങ്ങൾക്ക് വെളിയിലായി 12 ചെറിയ വൃത്തങ്ങൾ കൂടി കാണാം. ഇപ്പോൾ വൃത്തങ്ങളുടെ എണ്ണം = 13 + 12 = 25

ഇതേ ക്രമത്തിൽ എത്ര വേണമെങ്കിലും മുന്നോട്ട് പോകാം.

പഞ്ചഭുജസംഖ്യകൾ (Pentagonal Numbers)

അഞ്ച് വരയുള്ള ബഹുഭുജമാണ് പഞ്ചഭുജം. പഞ്ചഭുജവുമായി ബന്ധപ്പെട്ട സംഖ്യകളാണ് പഞ്ചഭുജസംഖ്യകൾ എന്ന് പറയാം.

1, 5, 12, 22, 35. 51. 70....... എന്നിവയാണ് പഞ്ചഭുജസംഖ്യകൾ. പഞ്ചഭുജവുമായി ഈ സംഖ്യകൾ എങ്ങിനെ ബന്ധപ്പെട്ടിരിക്കുന്നു എന്ന് താഴെ കൊടുത്തിരിക്കുന്ന ചിത്രങ്ങളിൽ നിന്ന് നിങ്ങൾക്ക് മനസ്സിലാക്കാം.

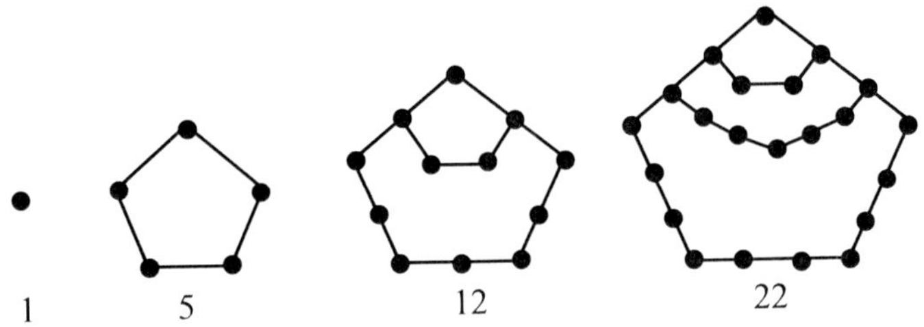

ഇതേ രീതിയിൽ മറ്റ് പഞ്ചഭുജ സംഖ്യകളെയും രേഖപ്പെടുത്താം.

ചിത്രങ്ങളുടെ ഗണിതം

ആധുനികലോകത്തെ ഏറ്റവും കൂടുതൽ സ്വാധീനിക്കുന്ന അത്ഭുത യന്ത്രമാണല്ലോ കമ്പ്യൂട്ടർ. കമ്പ്യൂട്ടർ ഗണിതത്തിന്റെ ഒരു സംഭാവന യാണെന്ന് പറയാം. 0, 1 എന്നീ രണ്ടു അക്കങ്ങൾ മാത്രം ഉപയോഗി ച്ചുള്ള ദ്വിയാങ്ക സമ്പ്രദായ(Binary System)മാണ് കമ്പ്യൂട്ടറുകളിൽ ഉപ യോഗിക്കുന്നത് 0 എന്നത് വൈദ്യുതിയുടെ ഇല്ലായ്മയും 1 എന്നത് വൈദ്യു തിയുടെ സാന്നിധ്യവുമാണ് സൂചിപ്പിക്കുന്നത്.

0	0	1	1	1	1	0	0	0
0	0	1	0	0	0	0	0	0
0	0	1	0	0	0	0	0	0
0	0	1	1	1	0	0	0	0
0	0	1	0	0	0	0	0	0
0	0	1	0	0	0	0	0	0
0	0	1	1	1	1	0	0	0

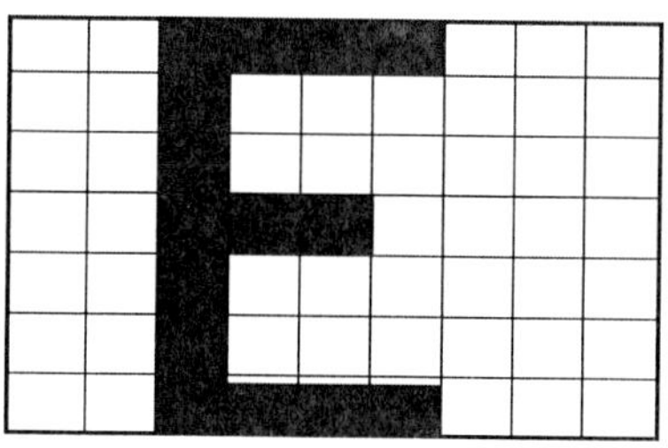

0, 1 എന്നീ അവസ്ഥകൾ ഉപയോഗിച്ച് എങ്ങനെ ഒരു ചിത്രം രൂപ പ്പെടുന്നു എന്ന് മുകളിൽ കൊടുത്തിരിക്കുന്ന ചിത്രത്തിൽ നിന്ന് മനസ്സി ലാകും.

മേൽ കൊടുത്തിരിക്കുന്ന E എന്ന ചിത്രത്തിന് 0, 1 എന്നീ അക്കങ്ങ ളുമായി ബന്ധമുണ്ട് എന്ന് മനസ്സിലാക്കാം. ഇങ്ങനെ അക്കങ്ങളുമായി

ബന്ധമുള്ള ചിത്രങ്ങൾ പൊതുവെ ഡിജിറ്റൽ ഇമേജ് (Digital Image) എന്ന് അറിയപ്പെടുന്നു.

ഡിജിറ്റ് എന്നാൽ അക്കം എന്നാണ് അർത്ഥമാക്കുന്നത്. വിരൽ എന്നർത്ഥമുള്ള Digitus എന്ന ലാറ്റിൻ വാക്കിൽനിന്നാണ് Digit എന്ന വാക്ക് രൂപപ്പെട്ടിട്ടുള്ളത്. എന്താണ് വിരലും അക്കവും തമ്മിലുള്ള ബന്ധം? പ്രാചീന കാലത്ത് എണ്ണുന്നതിന് മനുഷ്യൻ വിരലുകളാണ് ഉപയോഗിച്ചിരുന്നത്. ഇപ്പോഴും നമ്മിൽ പലരും എണ്ണുന്നതിന് വിരലുകൾ ഉപയോഗിക്കാറുണ്ടല്ലോ. എല്ലായ്പ്പോഴും നമ്മുടെ കൈവശം ഉണ്ട് എന്നതാണ് ഇതിന്റെ ഏറ്റവും വലിയ ഒരു ഗുണം. ഏതായാലും പ്രാചീന മനുഷ്യൻ അക്കത്തെയും വിരലിനെയും ഒരേ വാക്കുപയോഗിച്ചാണ് സൂചിപ്പിച്ചിരുന്നത്.

ഡിജിറ്റ് എന്ന വാക്ക് അക്കത്തെ സൂചിപ്പിക്കുന്നതിനാൽ ഡിജിറ്റൽ ഇമേജ് അക്കവുമായി ബന്ധപ്പെട്ട ഇമേജ് ആണെന്ന് പറയാം. 0 മുതൽ 9 വരെ നാം സാധാരണ പത്ത് അക്കങ്ങൾ ഉപയോഗിക്കുന്നുണ്ടെങ്കിലും ഡിജിറ്റൽ ഇമേജിൽ 0, 1 എന്നീ രണ്ട് അക്കങ്ങൾ മാത്രമാണ് ഉപയോഗിക്കുന്നത്.

ചിത്രം (Picture) എന്നർത്ഥമുള്ള Image എന്ന ലാറ്റിൻ വാക്കിൽ നിന്നാണ് (ഇമേജ്) എന്ന വാക്ക് രൂപപ്പെട്ടിട്ടുള്ളത്. ഒരു വസ്തുവിനെ സൂചിപ്പിക്കുന്ന ദ്വിമാനരൂപത്തിലുള്ള ഒരു ചിത്രം എന്ന് ഇമേജിനെ വിശദീകരിക്കാം. ഇങ്ങനെയുള്ള ചിത്രത്തിന്റെ ഏറ്റവും ചെറിയ ഒരു ഭാഗം പിക്സൽ (Pixel) എന്നറിയപ്പെടുന്നു. പിക്ചർ എലമെന്റ് (Picture Element) എന്നതിന്റെ ചുരുക്കമാണ് പിക്സൽ. ഒരു ചിത്രം ഒരു ഭൂതക്കണ്ണാടി (Magnifying glass) ഉപയോഗിച്ച് സൂക്ഷിച്ചുനോക്കിയാൽ കുറേ കുത്തുകൾ (Dots) കാണാം. ഈ കുത്തുകളാണ് ഒരു പിക്സൽ എന്ന് ഉദാഹരിക്കാം.

ഒരു ചിത്രത്തിൽ പിക്സലുകൾ വരിയും നിരയുമായി ക്രമീകരിച്ചിരിക്കും. ഒരു മില്ലീമീറ്റർ സ്ഥലത്ത് എത്ര പിക്സലുകൾ ഉണ്ട് എന്നത് ലൈൻപെർ മില്ലീമീറ്റർ (Lpm) എന്ന് സൂചിപ്പിക്കുന്നു. ഒരു ഇഞ്ച് സ്ഥലത്തുള്ള പിക്സലുകളുടെ എണ്ണം ലൈൻ പെർ ഇഞ്ച് (Lpi) ആയിരിക്കും.

ഒരു ചിത്രത്തിലെ പിക്സലുകളുടെ എണ്ണം സ്വാഭാവികമായും വളരെ വലിയ ഒരു സംഖ്യയായിരിക്കും എന്ന് പ്രത്യേകം പറയേണ്ടതില്ലല്ലോ. അതിനാൽ ഇവയുടെ എണ്ണം സാധാരണയായി മെഗാ പിക്സലു(Mega pixels)കളായിട്ടാണ് സൂചിപ്പിക്കാറുള്ളത്. ഒരു ദശലക്ഷം പിക്സലുകളാണ് ഒരു മെഗാ പിക്സലായി അറിയപ്പെടുന്നത്. ഒരു ചിത്രത്തിലെ ഒരു വരിയിൽ W പിക്സലുകളും നിരയിൽ L പിക്സലുകളും ക്രമീകരിച്ചിട്ടുണ്ടെങ്കിൽ ചിത്രത്തിലെ ആകെ പിക്സലുകളുടെ എണ്ണം N=WL എന്ന സൂത്രവാക്യം ഉപയോഗിച്ച് കണ്ടുപിടിക്കാം. ഒരു വരിയിൽ 1600 പിക്സലുകളും നിരയിൽ 1200 പിക്സലുകളുമാണ് ഉള്ളതെങ്കിൽ ആകെ പിക്സലുകളുടെ എണ്ണം A=1600x1200 =1920000 ഇതിനെ 1.92 മെഗാ പിക്സൽ എന്ന് രേഖപ്പെടുത്തുന്നു.

ഒരു ചിത്രത്തിന്റെ വ്യക്തത റസലൂഷനെ (Resolution) ആശ്രയിച്ചിരിക്കുന്നു. ഒരു യൂണിറ്റ് സ്ഥലത്ത് വിന്യസിക്കപ്പെടുന്ന പിക്സലുകളുടെ എണ്ണത്തെ അടിസ്ഥാനമാക്കിയാണ് ചിത്രത്തിന്റെ റസലൂഷൻ നിർണയിക്കപ്പെടുന്നത്. റസലൂഷൻ കൂടുമ്പോൾ ചിത്രത്തിന് കൂടുതൽ വ്യക്തത കൈവരും.

ഒരു ചിത്രം രൂപപ്പെടുന്നതിൽ ഗണിതശാസ്ത്രത്തിന് എത്ര പ്രാധാന്യമുണ്ട് എന്ന് ഈ വസ്തുതകൾ വ്യക്തമാക്കുന്നു.

ഒരു വസ്തുവിന്റെ ചിത്രം വരയ്ക്കുമ്പോൾ ഉപയോഗിക്കുന്ന ക്യാൻവാസിന്റെ നീളവും വീതിയും കനകകാനുപാതത്തെ (Golden ratio) ആസ്പദമാക്കിയാണ് തെരഞ്ഞെടുക്കുന്നത്. ഇതിൽ നമുക്ക് ഗണിതം കണ്ടെത്താം. ഒരു വസ്തുവിന്റെ ചിത്രം വരക്കുമ്പോൾ വസ്തുവിന്റെ ഓരോ ഭാഗത്തിന്റെയും അളവുകൾ ചിത്രത്തിന്റെ അതതു ഭാഗത്തിന്റെ അളവുകളുമായി അനുപാതത്തിലായിരിക്കണം. ഇതിലും ഗണിതശാസ്ത്രമുപയോഗിക്കുന്നുണ്ട്. മാർക്കറ്റിൽ വളരെ പരിമിതമായ എണ്ണം നിറങ്ങൾ മാത്രമേ ലഭിക്കുകയുള്ളൂ. പക്ഷേ, പ്രകൃതിയിൽ നമുക്ക് ആയിരക്കണക്കിന് നിറങ്ങൾ കണ്ടെത്താം. ലഭ്യമായ നിറങ്ങൾ നിശ്ചിത അനുപാതത്തിൽ ചേർത്താണ് ചിത്രകാരന്മാർ ചിത്രം വരയ്ക്കാനാവശ്യമായ നിറങ്ങൾ ഉൽപ്പാദിപ്പിക്കുന്നത്. അതിലും ഗണിതശാസ്ത്രമുണ്ട്. രൂപപ്പെടുന്ന എല്ലാ ചിത്രങ്ങളിലും ഗണിതത്തിലെ അക്കങ്ങൾ അനൽപ്പമായ സ്വാധീനം ചെലുത്തുന്നു.

ഇരുപതിൽ
കത്തിയമർന്ന തീപ്പന്തം

പത്തൊമ്പതാം നൂറ്റാണ്ടിലെ ഏറ്റവും മികച്ച ഗണിതഗവേഷണ ഗ്രന്ഥങ്ങളിലൊന്ന് എഴുതിയ ഇവാറിഷെ ഗാൽവ(Evariste Galois)യെ ഇരുപതിൽ കത്തിയമർന്ന തീപ്പന്തമെന്ന് വിശേഷിപ്പിക്കാം. ഗാൽവ റിംഗ്, ഗാൽവ ഫീൽഡ് തുടങ്ങിയ ഗണിതശാസ്ത്രത്തിലെ മൗലികമായ കണ്ടുപിടിത്തങ്ങൾ നടത്തിയ ഗാൽവയ്ക്ക് സമൂഹത്തിൽനിന്ന് വൻതിരിച്ചടികളാണ് ലഭിച്ചത്. പാരീസിലെ തെരുവീഥിയിൽവെച്ച് ഒരു പേപ്പട്ടിയെപ്പോലെ വെടിവെച്ചുകൊന്നവർക്ക് ഗാൽവയുടെ കണ്ടുപിടിത്തങ്ങളുടെ വില അറിഞ്ഞുകൂടായിരുന്നു.

ഫ്രാൻസിലെ പാരീസ് നഗരത്തിനടുത്ത ഒരു ചെറിയ നഗരത്തിൽ ഒരു സാധാരണ കുടുംബത്തിൽ 1811 ഒക്ടോബർ 25നാണ് ഇവാറിഷെ ഗാൽവ ജനിച്ചത്. ചെറുപ്പത്തിൽതന്നെ ഗാൽവ അസാമാന്യമായ ബുദ്ധിസാമർത്ഥ്യവും സ്വാതന്ത്ര്യവാഞ്ഛയും അനീതികളെ എതിർക്കാനുള്ള വിപ്ലവാവേശവും കാണിച്ചിരുന്നു.

ഗാൽവ

ഗാൽവയുടെ കുടുംബത്തിന് ഗണിതശാസ്ത്രപരമായ പ്രത്യേകതകളൊന്നും അവകാശപ്പെടാനുണ്ടായിരുന്നില്ല. പ്രാഥമിക വിദ്യാഭ്യാസം വീട്ടിൽ വെച്ച് തന്നെ നേടിയ ഗാൽവ പന്ത്രണ്ടാം വയസ്സിൽ പാരീസിലെ ലൂയിഗ്രാന്റ് കോളേജിൽ ചേർന്നു. ഒരു വിദ്യാലയത്തേക്കാളേറെ ഒരു ജയിൽ ആയിട്ടാണ് ഗാൽവയ്ക്ക് ആ കേന്ദ്രം അനുഭവപ്പെട്ടത്. നിലവാരമില്ലാത്ത അദ്ധ്യാപകരുടെ ശിക്ഷണവും അച്ചടക്കത്തിനുവേണ്ടിയുള്ള കർശനമായ ശിക്ഷാരീതികളും പള്ളിയുടെയും ഗവർമെണ്ടിന്റെയും

ശാസനകളും സ്വതന്ത്രചിന്താഗതിക്കാരനും ഉജ്ജ്വലപ്രതിഭയുമായ ഗാൽവയെ പ്രകോപിതനാക്കി. അദ്ദേഹം ശക്തിയായി പ്രതിഷേധിച്ചു.

ജയിലറപോലുള്ള കോളേജ് ജീവിതത്തിലെ തിക്താനുഭവങ്ങളിൽ നിന്നും അദ്ദേഹം രക്ഷനേടിയത് വായനയിലൂടെയായിരുന്നു. ലഗ്രാൻഷിന്റെ ബീജഗണിതവും ലെഷാൻത്രിന്റെ ജ്യാമിതിയും കൈയ്യിൽ കിട്ടിയപ്പോൾ ഗാൽവ എല്ലാം മറന്ന് വായനയിൽ ലയിച്ചുചേർന്നു. അവിശ്വസനീയമായ കെട്ടുകഥകൾ വായിക്കുന്നതുപോലെയുള്ള ആവേശത്തോടെയാണ് അദ്ദേഹം ഗണിതഗ്രന്ഥങ്ങളിലേക്ക് ഇറങ്ങിച്ചെന്നത്. ബർണിയർ എന്ന അദ്ധ്യാപകന്റെ ഉജ്ജ്വലമായ പ്രസംഗങ്ങളും ഗാൽവയെ ഗണിതത്തിലേക്ക് കൂടുതൽ അടുപ്പിച്ചു. റിച്ചാർഡ് എന്ന അദ്ധ്യാപകൻ ഗാൽവയുടെ ഗണിതതാൽപര്യം കണ്ട് അത്ഭുതപ്പെട്ടുപോയി. അദ്ദേഹം ഗാൽവയെ സ്വതന്ത്രമായ ഗണിത ഗവേഷണത്തിന് പ്രേരിപ്പിച്ചു.

ഗാൽവ സ്വതന്ത്രമായി ഗണിതഗവേഷണം ആരംഭിച്ചു. ആധുനിക ബീജഗണിതത്തിലെ അസ്തിവാരമായ ഗ്രൂപ്പ് സിദ്ധാന്തത്തിൽ (group theory) അദ്ദേഹം ധാരാളം കണ്ടുപിടിത്തങ്ങൾ നടത്തി. ഇന്ന് അദ്ദേഹത്തിന്റെ പേരിൽ അറിയപ്പെടുന്ന ഗാൽവ ഗ്രൂപ്പ്, ഗാൽവ ഫീൽഡ്, ഗാൽവ തിയറി എന്നിവ ഇക്കാലത്താണ് അദ്ദേഹം കണ്ടുപിടിച്ചത്. 18–ാം വയസ്സിൽ അദ്ദേഹം തന്റെ ആദ്യത്തെ ഗവേഷണപ്രബന്ധം പ്രസിദ്ധീകരിച്ചു.

ഗണിതശാസ്ത്രത്തിലെ ഒരു മൗലിക പ്രതിഭയായിട്ടും ഇക്കോൾ പോളിടെക്നിക്കിൽ ചേർന്ന് ഉപരിപഠനം നടത്താൻ ഗാൽവയ്ക്ക് അവസരം ലഭിച്ചില്ല. പ്രവേശന പരീക്ഷയിൽ അധികൃതർ അദ്ദേഹത്തെ തോൽപിക്കുകയായിരുന്നു. സ്വതന്ത്രചിന്താഗതിക്കാരനും വിപ്ലവകാരിയുമായ ഒരാളെ പ്രവേശിപ്പിക്കാൻ അവർ താത്പര്യം കാണിച്ചില്ല. പരീക്ഷകരിൽ ഒരാളുടെ തെറ്റ് ചൂണ്ടിക്കാണിച്ചത് അധികൃതർക്ക് രസിച്ചില്ല എന്നതായിരുന്നു ഒരു പ്രധാനകാരണം. രൂക്ഷമായ വിമർശനങ്ങളിൽപെട്ട് അദ്ദേഹത്തിന്റെ പിതാവ് ആത്മഹത്യ ചെയ്തു. ഇത് ഗാൽവയെ വളരെയേറെ ദുഃഖിപ്പിച്ചു.

തന്റെ മൗലികമായ ഗണിതശാസ്ത്രകണ്ടുപിടിത്തങ്ങൾ അദ്ദേഹം പാരീസ് അക്കാദമിക്ക് സമർപ്പിച്ചു. അക്കാലത്തെ പ്രശസ്ത ഗണിതശാസ്ത്രജ്ഞൻ കോഷിയുടെ കൈയ്യിലാണ് കണ്ടുപിടിത്തങ്ങൾ പരിശോധനക്കെത്തിയത്. കണ്ടുപിടിത്തങ്ങളിലെ ഗുണവശങ്ങൾ മറച്ചുവെച്ചുകൊണ്ട് കോട്ടങ്ങൾ പെരുപ്പിച്ച് കാണിക്കാനാണ് കോഷി ശ്രമിച്ചത്. തെറ്റുകൾ തിരുത്തി വീണ്ടും സമർപ്പിക്കാനാണ് കോഷി നിർദ്ദേശിച്ചത്. കോട്ടങ്ങൾ തിരുത്തി ഗാൽവ വീണ്ടും അക്കാദമിക്ക് സമർപ്പിച്ചു. തന്റെ കണ്ടുപിടിത്തത്തിൽ അഭിമാനം തോന്നിയ ഗാൽവ ആ വർഷത്തെ ഏറ്റവും മികച്ച കണ്ടുപിടിത്തത്തിന് സമ്മാനം ലഭിക്കുമെന്ന് പ്രതീക്ഷിച്ചു. പരിശോധനയ്ക്ക് ഫൂറിയർ എന്ന ഗണിതശാസ്ത്രജ്ഞനെയാണ് അക്കാദമി

ഏൽപ്പിച്ചത്. താമസിയാതെ ഫൂറിയർ അന്തരിച്ചു. ഗാൽവയുടെ പ്രബന്ധ ങ്ങൾ നഷ്ടപ്പെടുകയും ചെയ്തു.

കൈയ്യിലുണ്ടായിരുന്ന ചില പ്രബന്ധങ്ങൾ സമാഹരിച്ച് ഒരു ശാസ്ത്ര മാസികയിൽ പ്രസിദ്ധീകരിച്ചു. ഈ ലേഖനങ്ങൾ ചില പണ്ഡിതന്മാരെ അൽപമൊന്ന് ആകർഷിച്ചുവെങ്കിലും അർഹിക്കുന്ന യാതൊരു പ്രോത്സാ ഹനവും ആരിൽനിന്നും ലഭിച്ചില്ല. ഗാൽവയ്ക്ക് എല്ലാറ്റിനോടും വെറുപ്പു തോന്നി. കലാലയ നിയമങ്ങൾ ലംഘിക്കാനും കലാലയത്തിലെ അധി കൃതർക്കെതിരായി ലേഖനമെഴുതാനും ഗാൽവ തയ്യാറായി. ഗാൽവയെ കോളേജിൽനിന്ന് പുറത്താക്കി. അദ്ദേഹം ഒരു വിപ്ലവകാരിയായി മാറി.

ഗണിതത്തോട് ഗാൽവ വിട പറഞ്ഞ് നാഷനൽ ഗാർഡ്സ് എന്നറിയ പ്പെടുന്ന സൈന്യത്തിൽ ചേർന്ന് ഗവർമ്മെണ്ട് വിരുദ്ധ പ്രകടനങ്ങൾ നയി ക്കാൻ തുടങ്ങി. ഗവർമ്മെണ്ട് ഗാൽവയെ അറസ്റ്റ് ചെയ്ത് ജയിലിലടച്ചു. ഒരു മാസത്തിനുശേഷം വിട്ടയച്ചപ്പോൾ, വിപ്ലവം മാറ്റി വെച്ച് വീണ്ടും ഗണിതഗവേഷണം ആരംഭിച്ചു. ഒരു പ്രബന്ധം തയ്യാറാക്കി പാരീസ് അക്കാദമിക്ക് സമർപ്പിച്ചു. ഇത്തവണ പാസോങ് എന്ന ഗണിതശാസ്ത്ര ജ്ഞനെയാണ് പ്രബന്ധം പരിശോധിക്കാൻ ഏൽപിച്ചത്. ഒന്നും മനസ്സി ലാകുന്നില്ല എന്ന് കുറിപ്പെഴുതി അദ്ദേഹം പ്രബന്ധം അക്കാദമിക്ക് തിരിച്ചു നൽകി. ഗാൽവ വീണ്ടും നിരാശനായി വിപ്ലവത്തിലേക്ക് കുതിച്ചുചാടി. ഗാൽവയെ വീണ്ടും അറസ്റ്റു ചെയ്തു ജയിലിലടച്ചു.

കോളറബാധയെ തുടർന്ന് ഗാൽവയെ ഒരു ആശുപത്രിയിലാക്കി. ആശുപത്രിയിൽവെച്ച് ഒരു സുന്ദരിയുമായി അടുപ്പത്തിലായി. ഗാൽവ ഒരു വിപ്ലവകാരിയും ജയിൽവാസിയുമാണ് എന്നറിഞ്ഞപ്പോൾ യുവതി ഒഴിഞ്ഞുമാറി. ഇതും ഗാൽവയെ നിരാശനാക്കി. അദ്ദേഹം വീണ്ടും വിപ്ലവ കാരിയായി.

ഒരു ഏറ്റുമുട്ടൽ ഉണ്ടാകുമെന്നും താൻ കൊല്ലപ്പെടുമെന്നും ഗാൽവ യ്ക്ക് തോന്നി. തന്റെ കണ്ടുപിടിത്തങ്ങൾ ഭദ്രമായി ഒരു സുഹൃത്തിന് അയച്ചു കൊടുത്തു. ഇവ ഗാസ്സ് തുടങ്ങിയ പ്രശസ്തരായ ഗണിതപണ്ഡിത ന്മാരെ കാണിക്കണമെന്നും അടുത്ത തലമുറയെങ്കിലും ഇവയുടെ വില മനസ്സിലാക്കുമെന്നും ഗാൽവ എഴുതിയിരുന്നു. താൻ ആപത്തിലാ ണെന്നും രക്ഷിക്കണമെന്നും കുറേ സുഹൃത്തുക്കൾക്ക് കത്തുകളയച്ചു. പക്ഷേ കത്തുകൾ മേൽവിലാസക്കാർക്ക് എത്തുന്നതിനുമുമ്പുതന്നെ ശത്രുക്കൾ ഗാൽവയെ പാരീസ് തെരുവീഥിയിൽവെച്ച് നിഷ്ഠുരമായി വധിച്ചുകളഞ്ഞു. പത്തൊമ്പതാം നൂറ്റാണ്ടിലെ ഒരു മൗലിക പ്രതിഭ ഒരു തീപ്പന്തമായി കത്തിയമർന്നു

ആഴ്ച കാണാനെളുപ്പവഴി

നമ്മുടെ നിത്യജീവിതത്തിൽ ആഴ്ച കാണേണ്ടുന്ന ആവശ്യം പലപ്പോഴും ഉണ്ടാകാറുണ്ട്. ഏതെങ്കിലും ഒരു തീയ്യതിയുടെ ആഴ്ച കാണേണ്ടിവരുമ്പോൾ ഉടനെ കലണ്ടർ അന്വേഷിക്കുകയായി. പെട്ടെന്ന് കലണ്ടർ കിട്ടിയില്ലെങ്കിൽ കാര്യം കുഴഞ്ഞതുതന്നെ.

37 വരെയുള്ള സംഖ്യകളെ ഏഴുകൊണ്ട് ഹരിക്കാൻ കഴിവുണ്ടെങ്കിൽ ആഴ്ച കാണുന്നത് ഒരു പ്രശ്നമല്ലാതാക്കാം. പത്തിൽ കുറഞ്ഞ ഒരു അക്കം കൂടി ഓർത്തിരിക്കണം. ഇങ്ങനെ ഓർത്തിരിക്കേണ്ട അക്കം ഓരോ മാസവും വ്യത്യാസപ്പെട്ടിരിക്കും എന്നു മാത്രം.

2008 MAY						
SUN	MON	TUE	WED	THU	FRI	SAT
				1	2	3
4	5	6	7	8	9	10
11	12	13	14	15	16	17
18	19	20	21	22	23	24
25	26	27	28	29	30	31

ഏതാണ് ഈ അക്കം എന്ന് മനസ്സിലാക്കുകയാണ് ആദ്യം വേണ്ടത്. ഏത് മാസത്തെ തീയ്യതിയിലെ ആഴ്ചയാണ് കണ്ടുപിടിക്കേണ്ടത് എന്ന് നിശ്ചയിക്കുക. ആ മാസത്തെ ഒന്നാം തീയ്യതി ഏതു ദിവസം എന്ന് കാണുക. ഈ ഒന്നാം തീയ്യതി ശനിയാഴ്ചയോ ബുധനാഴ്ചയോ മറ്റോ ആകാം. തിങ്കളാഴ്ച തുടങ്ങി ആ ആഴ്ചയിൽ എത്താൻ എത്ര ദിവസം വേണ്ടിവരും എന്ന് കണക്കാക്കുക. ഈ അക്കമാണ് മനസ്സിൽ ഓർമ്മിക്കേണ്ടത്.

ഒരു മാസത്തിലെ ഒന്നാം തീയ്യതി തിങ്കളാഴ്ചയാണെന്ന് കരുതുക. അപ്പോൾ അക്കം പൂജ്യമായി എടുക്കണം. ചൊവ്വാഴ്ചയാണെങ്കിൽ അക്കം 1. ബുധനാഴ്ചയാണെങ്കിൽ അക്കം 2. അപ്പോൾ മാസത്തിന്റെ അക്കം കാണുന്ന വിദ്യ വളരെ എളുപ്പമാണല്ലോ. ഇനി ആഴ്ച കണ്ടുപിടിക്കുന്ന ജോലി തുടരാം. നാം കണ്ടുപിടിച്ച അക്കവും ആഴ്ച കാണാനുള്ള

തീയ്യതിയും കൂട്ടുക. ഈ സംഖ്യയെ 7 കൊണ്ട് ഹരിച്ച് ശിഷ്ടം കാണുക. ശിഷ്ടം പൂജ്യമാണെങ്കിൽ ആഴ്ച ഞായർ ആയിരിക്കും. ശിഷ്ടം 1 ആണെങ്കിൽ തിങ്കളാഴ്ചയായിരിക്കും. ഇങ്ങനെ ക്രമത്തിൽ ആഴ്ച കണ്ടുപിടിക്കാം.

2008 ജനുവരി 26 ഏത് ആഴ്ച എന്ന് കണ്ടുപിടിക്കണമെന്നിരിക്കട്ടെ. ഈ മാസം ആരംഭിക്കുന്നത് ചൊവ്വാഴ്ചയാണ്. തിങ്കളാഴ്ചയിൽ നിന്ന് ചൊവ്വാഴ്ചയിൽ എത്താൻ 1 ദിവസം വേണം. അപ്പോൾ ഓർമ്മിക്കേണ്ടുന്ന സംഖ്യ 1

26-ാം തീയ്യതിയുള്ള ആഴ്ച കാണാൻ തീയ്യതിയോട് 1 കൂട്ടുക. 26+1=27, ഇതിനെ 7 കൊണ്ട് ഹരിച്ചാൽ ശിഷ്ടം 6 അപ്പോൾ 2008 ജനുവരി 26 ശനിയാഴ്ചയായിരിക്കും.

ഒരു വർഷത്തിലെ പന്ത്രണ്ട് മാസങ്ങളുടെയും അക്കങ്ങൾ ക്രമമായി എഴുതി ഒരു പന്ത്രണ്ടക്കസംഖ്യ ഉണ്ടാക്കിയാൽ പിന്നീട് കലണ്ടർ നോക്കാതെ അക്കം ഓർമ്മിക്കാം. പന്ത്രണ്ടക്ക സംഖ്യ ഓർമ്മിക്കുന്നത് നാലക്കമുള്ള മൂന്ന് ഗ്രൂപ്പായോ, മൂന്നക്കങ്ങളുള്ള നാല് ഗ്രൂപ്പായോ മാറ്റാം. അല്ലെങ്കിൽ ആറുമാസം വരെ ഒരു ആറക്ക സംഖ്യയും പിന്നീട് മറ്റൊരു ആറക്കസംഖ്യയും ഓർത്താൽ മതിയല്ലോ.

കവിയും ഗണിതശാസ്ത്രജ്ഞനും

മരിച്ചുപോയ ഇന്നലെകളെപ്പറ്റിയോ, പിറക്കാനിരിക്കുന്ന നാളെയേപ്പറ്റിയോ ചിന്തിച്ച് വ്യാകുലപ്പെടാതെ ഇന്ന് ജീവിതം ആസ്വദിക്കാൻ ആഹ്വാനം ചെയ്ത അനശ്വര കവി ഒമർ ഖയ്യാം (Omar Khayyam) ഒരു കവിയായി മാത്രമേ ഇപ്പോൾ അറിയപ്പെടുന്നുള്ളൂ. പക്ഷേ, അദ്ദേഹം കവിയെക്കാളേറെ ഒരു ഗണിതശാസ്ത്രജ്ഞനായിരുന്നു. തന്റെ 'റുബാ ഇയ്യത്ത്' എന്ന കാവ്യഗ്രന്ഥത്തിലെ വരികൾ ആസ്വാദകലോകത്തെ കീഴടക്കിയതുപോലെ മറ്റു സംഭാവനകൾ ശ്രദ്ധിക്കപ്പെടാതെ പോയി. ഗണിതശാസ്ത്രം, വാനശാസ്ത്രം, ഊർജ്ജതന്ത്രം, കലണ്ടർ പരിഷ്കരണം, തത്ത്വശാസ്ത്രം, സംഗീതം എന്നീ മേഖലകളിലെല്ലാം അദ്ദേഹം നിസ്തുലമായ സംഭാവനകൾ നൽകിയിരുന്നു.

ഇറാനിലെ ഒരു വടക്കുകിഴക്കൻ നഗരമായ നിഷാബുറിൽ 1048 മെയ് 18-ാം തീയ്യതി സൂര്യോദയത്തിലായിരുന്നു അദ്ദേഹത്തിന്റെ ജനനം. ഒമറിന്റെ പൂർണ്ണമായ പേർ ഗിയാബുദ്ദീൻ അബ്ദുൽ ഫത്ത്ഹ് ഉമർ ഇബ്രാഹിം അൽ ഖയ്യാം (Ghiyath al Din Abu l-Fath Umar b Ibrahim Khayyam) എന്നായിരുന്നു. ഖയ്യാം എന്ന വാക്കിന്റെ അർത്ഥം ടെന്റ് നിർമ്മിക്കുന്നയാൾ എന്നാണത്രെ. ഒരുപക്ഷേ അദ്ദേഹത്തിന്റെ പിതാവിന്റെ ജോലിയിൽ നിന്ന് ഈ പേർ വന്നതാണെന്ന് അനുമാനിക്കപ്പെടുന്നു

ഒമർ ഖയ്യാം

വളരെ ചെറുപ്പത്തിൽ തന്നെ ഒമർ ഗണിതശാസ്ത്രത്തിൽ വളരെയധികം താത്പര്യം കാണിച്ചിരുന്നു. കണക്കു കൂട്ടാനുള്ള ഒമറിന്റെ കഴിവ് മനസ്സിലാക്കിയ സുൽത്താൻ മാലിക്ക് ഷാ അദ്ദേഹത്തോട് വളരെ ആദരപൂർവ്വമാണ് പെരുമാറിയിരുന്നത്. സുൽത്താൻ അദ്ദേഹത്തെ കലണ്ടർ പരിഷ്കരിക്കാൻ ഇസ്ഫാഹിലേക്ക് ക്ഷണിച്ചു. സുൽത്താന്റെ നിർദ്ദേശപ്രകാരം അദ്ദേഹം പരിഷ്കരിച്ച കലണ്ടർ ജലാലി

കലണ്ടർ എന്നറിയപ്പെടുന്നു. അക്കാലത്തെ ലോകത്തിലെ ഏറ്റവും സൂക്ഷ്മവും കൃത്യവുമായ കലണ്ടറായിരുന്നു ജലാലി കലണ്ടർ. ഇത് അദ്ദേഹത്തിന്റെ ഗണിതശാസ്ത്രത്തിലെ കഴിവ് വ്യക്തമാക്കുന്നു. സുൽത്താന്റെ നിര്യാണത്തോടെ ഒമർ സ്വന്തം നാട്ടിലേക്ക് മടങ്ങി. അദ്ദേഹം പതിനെട്ട് വർഷം ഇസ്ഫാഹിൽ താമസിച്ചിരുന്നു. ക്രിസ്തുവർഷം 1091ൽ സ്വന്തം ജന്മദേശമായ നിഷാ ബൂറിൽ വെച്ചാണ് ഖയ്യാം അന്തരിച്ചത്. അദ്ദേഹത്തിന്റെ ശവകുടീരം ഇപ്പോൾ വളരെ തിരക്കേറിയ ഒരു സന്ദർശന കേന്ദ്രമാണ്. അദ്ദേഹം കാവ്യരംഗത്തും ഗണിത ശാസ്ത്ര രംഗത്തും തത്ത്വശാസ്ത്ര രംഗത്തും നൽകിയ സേവനങ്ങളെ മാനിച്ചുകൊണ്ട് ആരാധകർ ഇവിടെ നമ്രശിരസ്കരാവുന്നു.

ഒമർ ഖയ്യാമിന്റെ ശവകുടീരം

മധ്യകാലത്ത് ജീവിച്ചിരുന്ന ഏറ്റവും പ്രമുഖരായ ഗണിതശാസ്ത്രജ്ഞന്മാരിൽ ഒരാളായിട്ടാണ് ഒമർ അറിയപ്പെടുന്നത്. പ്രത്യേകിച്ചും ആൾജിബ്രയിൽ ഇദ്ദേഹം ഏറ്റവും പ്രമുഖനായിരുന്നു എന്നു പറയാം. ആൾജിബ്രയിൽ മധ്യകാലത്തിലെ ഏറ്റവും പ്രധാന ഗ്രന്ഥം ഒമറിന്റെ 'റിസാല ഫിൽ ജബർ വ അൽബല' (A tractise in Algebra and Muqabala) ആണ്. 1851ൽ അറബിയിലാണ് ഈ ഗ്രന്ഥം ആദ്യമായി പ്രസിദ്ധീകരിച്ചത്. പിന്നീട് ഈ ഗ്രന്ഥം ഫ്രഞ്ചിൽ വിവർത്തനം ചെയ്യപ്പെട്ടു. 1931 ൽ ഇംഗ്ലീഷ് പരിഭാഷയും പ്രസിദ്ധീകരിക്കുകയുണ്ടായി. ഈ ഗ്രന്ഥം ഈ വിഷയത്തിലെ അടിസ്ഥാന ഗ്രന്ഥമായി പരിഗണിക്കപ്പെടുന്നു.

ഒമറിന്റെ ആൾജിബ്രായിൽ ജ്യാമിതീയ വസ്തുതകൾ കൂടുതലായി ഉൾപ്പെടുത്തിയിട്ടുണ്ട്. ഇത് അദ്ദേഹത്തിന്റെ ആൾജിബ്രയുടെ ഒരു സവിശേഷതയായി കണക്കാക്കാം. മൂന്നാംവർഗ്ഗ സമവാക്യങ്ങൾ നിർദ്ധാരണം ചെയ്യുന്നതിന് ജ്യാമിതിയിലെ കോണികങ്ങൾ ഉപയോഗിച്ചിരുന്നു.

തന്റെ ആൾജിബ്രാഗ്രന്ഥത്തിൽ അദ്ദേഹം 6 വിധത്തിലുള്ള സമവാക്യങ്ങൾ നിർദ്ധാരണം ചെയ്യുന്ന വിധം വിശദീകരിച്ചിരുന്നു. പിന്നീട് 19 വിധത്തിലുള്ള സമവാക്യങ്ങൾ നിർദ്ധാരണം ചെയ്യുന്ന വിധവും വിശദീകരിക്കുകയുണ്ടായി. ഈ സമവാക്യങ്ങൾ ഒമറിനു മുമ്പ് നിർദ്ധാരണം ചെയ്യപ്പെട്ടിരുന്നുവെങ്കിലും പൂർണ്ണമായും ശാസ്ത്രീയമായിട്ടുള്ള രീതിയിൽ നിർദ്ധാരണം ചെയ്യപ്പെട്ടത് ഒമറാണ്. ഗണിതശാസ്ത്രത്തെ അദ്ദേഹം ബീജഗണിതത്തിന്റെ ശാസ്ത്രം (Science of Algebra) എന്നാണ് വിശേഷിപ്പിച്ചിരുന്നത്.

ഒമറിന്റെ ആൾജിബ്രാ ഗ്രന്ഥത്തിന് മുമ്പ് അദ്ദേഹം 'റിസാല ഫി ഖിസ്മറ്റ് റബ് അൽ ഡാ ഇറ' (Risala fi qismat rub al da era) എന്ന ഒരു ഗ്രന്ഥം പ്രസിദ്ധീകരിച്ചിരുന്നു. ഇത് അറബി, പേർഷ്യൻ, റഷ്യൻ, ഇംഗ്ലീഷ് എന്നീ ഭാഷകളിൽ വിവർത്തനം ചെയ്യപ്പെട്ടിട്ടുണ്ട്.

1963ൽ ടെഹറനിൽ വെച്ച് അറബിയിൽ പ്രസിദ്ധീകരിച്ച ഒമറിന്റെ ഒരു പുസ്തകമാണ് 'ഷാറ മാ അഷ്കല മിൻ മുസാദർത്ത കിതാബ് യൂക്ലിഡ്. (Sharh ma ashkala min musadarat Kitab Uqlidis - Explanation of the difficulties in Euclid's postulates) ഇതിന്റെ കൈയ്യെഴുത്ത് പ്രതി പാരീസിലെ ലീഡനിൽ സൂക്ഷിച്ചിരിക്കുന്നു. യൂക്ലിഡിന്റെ അഞ്ചാം പ്രമാണം തെളിയിക്കാൻ ഈ ഗ്രന്ഥത്തിലൂടെ അദ്ദേഹം ശ്രമിച്ചിരുന്നു. പിൽക്കാലത്ത് ഇദ്ദേഹത്തിന്റെ പഠനത്തെ അടിസ്ഥാനമാക്കിയാണ് ഇറ്റലിയിൽ 18-ാം നൂറ്റാണ്ടിൽ സച്ചേരി തന്റെ ഗണിതഗവേഷണം നടത്തിയിരുന്നത്. സച്ചേരി തന്റെ ഗവേഷണഫലമായി ഒരു യൂക്ലിഡേതര ജ്യാമിതി ആവിഷ്കരിച്ചിരുന്നു. ഒമറിന്റെ മറ്റൊരു കൃതിയായ 'മുഷ്ഖിലാത്ത് അൽ ഹിസാബി' നെപ്പറ്റി തന്റെ ആൾജിബ്രാ ഗ്രന്ഥത്തിൽ പരാമർശമുണ്ടെങ്കിലും കൃതി കണ്ടുകിട്ടിയിട്ടില്ല.

സംഗീതത്തെപ്പറ്റിയുള്ള അദ്ദേഹത്തിന്റെ ഗ്രന്ഥമാണ് 'ഷാറ അൽ മുശ്ഖിൽ മിൻ കിത്താബ് അൽ മുസിക്ക'. (Sharh al- mushkil min kitab al musika - Explanation of the difficulties in the book on music) സംഗീതത്തെപ്പറ്റിയുള്ള യൂക്ലിഡിന്റെ ഗ്രന്ഥത്തിന്റെ ഒരു വ്യാഖ്യാന ഗ്രന്ഥമാണിത്. ഊർജ്ജതന്ത്രത്തെപ്പറ്റിയും അദ്ദേഹം രണ്ട് ഗ്രന്ഥങ്ങൾ രചിച്ചിരുന്നു. അദ്ദേഹത്തിന് ജ്യോതിഷം അറിയാമായിരുന്നു. പക്ഷേ അതിൽ വിശ്വസിച്ചിരുന്നില്ല എന്നാണ് ചരിത്രകാരൻ ബെഹാക്കി (Beyhaqi) രേഖപ്പെടുത്തിയിട്ടുള്ളത്.

ഒമർ പൊതുവെ സംസാരപ്രകൃതക്കാരനായിരുന്നില്ല. തന്റെ കണ്ടുപിടിത്തങ്ങളെപ്പറ്റിയും രചിച്ച കവിതകളെപ്പറ്റിയും കുറച്ച് മാത്രമേ സുഹൃത്തുക്കളുടെ ഇടയിൽ സംസാരിക്കാറുണ്ടായിരുന്നുള്ളൂ. അദ്ദേഹം ധാരാളം നാലുവരി കവിതകൾ രചിച്ചിരുന്നു. പക്ഷേ വളരെ അടുത്ത സുഹൃത്തുക്കളെ മാത്രമേ കാണിച്ചിരുന്നുള്ളൂ. അദ്ദേഹത്തിന്റെ മരണശേഷം അമ്പത് വർഷം കഴിഞ്ഞ് പ്രസിദ്ധീകരിച്ച ഖരിദത്ത് അൽ ഖാസ്ർ (Kharidar al qasr) എന്ന ഗ്രന്ഥത്തിലാണ് ഇത്തരം നാല് വരി കവിതകളെപ്പറ്റി നമുക്ക് വിവരം ലഭിച്ചിട്ടുള്ളത്.

ഒരു വാനനിരീക്ഷണകേന്ദ്രത്തിന്റെ മേധാവിയായിട്ടാണ് ഒമർ ഔദ്യോഗിക ജീവിതം നയിച്ചിരുന്നത്. അതുകൊണ്ട് തന്നെ അദ്ദേഹത്തിന് ഗണിതശാസ്ത്രത്തോട് വളരെയധികം അടുക്കേണ്ടി വന്നു. ജീവിച്ചിരുന്ന കാലത്തെ ഏറ്റവും മികച്ച ഒരു ഗണിതശാസ്ത്രജ്ഞനായി വളരാൻ സാധിച്ചില്ലെങ്കിലും ഒരു അനശ്വര കവിയായി അദ്ദേഹം ഇന്നും ആസ്വാദക ഹൃദയങ്ങളിൽ ജീവിക്കുന്നു. അദ്ദേഹത്തിന്റെ ഈരടികൾ ആമോദത്തോടെ പാടുമ്പോൾ ഇതിന്റെ രചയിതാവ് ഒരു ഗണിതശാസ്ത്രജ്ഞനായിരുന്നു എന്ന് എത്ര പേർക്ക് അറിയാം?

റസ്സലിന്റെ മറുപടി

ഊർജ്ജതന്ത്രം, രസതന്ത്രം, വൈദ്യശാസ്ത്രം എന്നിങ്ങനെയുള്ള ശാസ്ത്രവിഷയങ്ങൾക്കൊക്കെ നോബൽ സമ്മാനം നൽകുന്നുണ്ടെങ്കിലും ശാസ്ത്രങ്ങളുടെ ശാസ്ത്രമായ ഗണിതശാസ്ത്രത്തിന് നോബൽ സമ്മാനം ഏർപ്പെടുത്തിയിട്ടില്ല. തന്റെ ശത്രുവായ മേഗസ് ഗുസ്തവ് മിട്ടാഗ് ലഫ്‌ളർ (Megnus Gustav Mittag Leffler)ക്ക് ഒരിക്കലും താൻ ഏർപ്പെടുത്തുന്ന പുരസ്കാരം ലഭിക്കരുത് എന്ന ചിന്ത ആൽഫ്രഡ് നോബലിന് ഉണ്ടായതുകൊണ്ടാണ് നോബൽ സമ്മാന വിഷയത്തിൽ നിന്ന് ഗണിതശാസ്ത്രം ഒഴിവാക്കപ്പെട്ടതെന്ന് പറയപ്പെടുന്നു.

പക്ഷേ, ഗണിതശാസ്ത്രജ്ഞന്മാർക്കും നോബൽ സമ്മാനം കിട്ടിയിട്ടുണ്ട്. ഉദാഹരണം ആർതർ വില്യം ബർട്രൻഡ് റസ്സൽ (Arther William Bertrand Russel). ഗണിതശാസ്ത്രത്തിലല്ല സാഹിത്യത്തിനാണ് അദ്ദേഹത്തിന് നോബൽ സമ്മാനം ലഭിച്ചത്. അദ്ദേഹവും വൈറ്റ് ഹെഡും ചേർന്നെഴുതിയ പ്രിൻസിപ്പിയ മാത്തമറ്റിക്ക ഗണിതശാസ്ത്രത്തിലെ ഒരു അടിസ്ഥാന ഗ്രന്ഥമാണ് (സർ ഐസക്ക് ന്യൂട്ടനും ഇതേപേരിൽ ഒരു ഗ്രന്ഥം പ്രസിദ്ധീകരിച്ചിട്ടുണ്ട്)

ബർട്രൻഡ് റസ്സൽ

ഒരിക്കൽ റസ്സൽ ഒരു ലോഡ്ജിൽ താമസിക്കാനിടയായി. അദ്ദേഹം താമസിച്ചിരുന്ന മുറിയുടെ നമ്പർ 1414 ആയിരുന്നു. റസ്സലിന്റെ സുഹൃത്തുക്കളിലൊരാൾ ഈ സംഖ്യയ്ക്ക് യാതൊരു പ്രത്യേകതയുമില്ലല്ലോ, ഓർക്കാൻ വലിയ പ്രയാസം എന്ന് പരാതിപ്പെടുകയുണ്ടായി. അപ്രതീക്ഷിതമായ ഈ ചോദ്യത്തിന് റസ്സലിന്റെ മറുപടി അഥവാ ചോദ്യം ഇതായിരുന്നു "2ന്റെ വർഗ്ഗമൂലത്തിന്റെ ഏകദേശവിലയല്ലേ 1.414?"

ശ്രീബുദ്ധനും ഗണിതശാസ്ത്രവും

പ്രാചീന ഭാരതത്തിൽ ഗണിതശാസ്ത്രത്തിന് വളരെ മുഖ്യമായ സ്ഥാന മുണ്ടായിരുന്നു. താഴെ കൊടുത്തിരിക്കുന്ന ശ്ലോകം ശ്രദ്ധിക്കുക

യഥാ ശിഖാ മയൂരാണാം ,
നാഗാനാം മണയോ തഥാ
തദ്വദ് വേദാംഗശാസ്ത്രാണാം
ഗണിതം മൂർദ്ധനിസ്ഥിതം

സർപ്പത്തിന്റെ ശിരസ്സിലെ രത്നമെന്നപോലെയും മയിലിന്റെ ശിരസ്സിലെ മനോഹരമായ ശിഖപോലെയും വേദാംഗങ്ങളായ ശാസ്ത്രങ്ങളുടെ മൂർദ്ധാവിൽ ഗണിതം ശോഭിക്കുന്നു എന്ന് ഈ ശ്ലോകം വ്യക്തമാക്കുന്നു.

മതപരമായ ഗ്രന്ഥങ്ങളിൽ ഗണിത ശാസ്ത്രത്തിനും പ്രാധാന്യം നൽകിയിരുന്നു. ബുദ്ധമതഗ്രന്ഥമായ 'ലളിതവിസ്താരത്തിൽ ശ്രീബു ദ്ധന്റെ ഗണിതജ്ഞാനത്തെപ്പറ്റി പ്രസ്താവിക്കുന്ന ഒരു ഭാഗമുണ്ട്. ശ്രീ ബുദ്ധൻ വിവാഹപ്രായമെത്തിയപ്പോൾ 'ഗോപ' എന്ന യുവതിയെ വിവാഹം ചെയ്യാൻ ആഗ്രഹിച്ചു. ഗോപയെ വിവാഹം ചെയ്യാൻ അഞ്ഞൂറു യുവാ ക്കൾ ആഗ്രഹിച്ചിരുന്നു. ഗോപയ്ക്ക് അനുരൂപനായ ഒരു വരനെ തെര ഞ്ഞെടുക്കാൻ അവളുടെ പിതാവ് ഒരു പരീക്ഷ നടത്താൻ തീരുമാനിച്ചു. എഴുത്ത്, അങ്കഗണിതം, സംഗീതം, അസ്ത്രവിദ്യ എന്നിവയായിരുന്നു വിഷയങ്ങൾ. ഈ പരീക്ഷയിൽ അർജ്ജുനനും ശ്രീബുദ്ധനുമാണ് ഏറ്റവും ഉയർന്ന സ്ഥാനങ്ങളിലെത്തിയത്. പിന്നീട് ഇവർ തമ്മിലായി മത്സരം. ശ്രീ ബുദ്ധനോട് തന്റെ ശാസ്ത്രജ്ഞാനം തെളിയിക്കാൻ ആവശ്യപ്പെട്ടു. ശ്രീബുദ്ധൻ പറഞ്ഞു: "ഏഴ് പ്രാഥമിക ആറ്റങ്ങൾ ചേർന്ന് പൊടിയുടെ ഒരു വളരെ ചെറിയ തരി (Very minute grain of dust) ഉണ്ടാകുന്നു. ഇത്തരം ഏഴ് പൊടിയുടെ ചെറിയ തരി ചേർന്ന് ഒരു കണം ഉണ്ടാകുന്നു." ഇങ്ങനെ തുടർന്ന് ഏഴിന്റെ ഗുണിതങ്ങളായി ഒരു നാഴിക ദൂരത്തിന്റെ വലിപ്പം ശ്രീ ബുദ്ധൻ വ്യക്തമാക്കി. ശ്രീബുദ്ധൻ നിരത്തിയ ഏഴിന്റെ ഗുണിതങ്ങളുടെ ഫലം അമ്പതിലേറെ അക്കങ്ങളുള്ള ഒരു വലിയ സംഖ്യയെയാണ് സൂചിപ്പി ച്ചിരുന്നത്. ക്രിസ്തുവിനും 600 വർഷം മുമ്പ് തന്നെ ഭാരതീയർ വളരെ വലിയ സംഖ്യകൾ കൈകാര്യം ചെയ്തിരുന്നു എന്ന് ഇത് വ്യക്തമാക്കുന്നു.

കണക്കിൽ നൂറിൽ നൂറ്റിപ്പത്ത് മാർക്ക്

സത്യേന്ദ്രനാഥ് ബോസ്

ഒരു കണക്ക് പരീക്ഷയിൽ 100 മാർക്കിൽ നൂറ്റിപ്പത്ത് മാർക്ക് നേടിയിട്ടുണ്ടെന്ന് പറഞ്ഞാൽ നിങ്ങൾ വിശ്വസിക്കുമോ? എന്നാൽ സംഗതി സത്യമാണ്. ആരാണാ മിടുക്കൻ എന്നറിയണ്ടേ? ആ വിദ്യാർത്ഥി യാണ് സത്യേന്ദ്രനാഥ് ബോസ്.

കൽക്കത്തയിലെ (ഇപ്പോഴത്തെ കൊൽക്കത്ത) ഹിന്ദു ഹൈസ്കൂളിലാണ് സംഭവം നടന്നത്. അവിടത്തെ ഒരു വിദ്യാർത്ഥിയായിരുന്ന സത്യേന്ദ്രനാഥ് ബോസിന് ഒരു അദ്ധ്യാപകൻ കണക്ക് പരീക്ഷയ്ക്ക് നൂറിൽ നൂറ്റിപ്പത്തു മാർക്ക് നൽകി. ഉത്തരക്കടലാസ് കൈയ്യിൽ കിട്ടിയപ്പോൾ വിദ്യാർത്ഥി അത്ഭുതപ്പെട്ടുപോയി. ആ വിദ്യാർത്ഥി മാത്രമല്ല മറ്റു വിദ്യാർത്ഥികളെയും ഈ സംഭവം അത്ഭുതപ്പെടുത്തി. എന്തുകൊണ്ടാണ് നൂറിൽ നൂറ്റിപ്പത്ത് മാർക്ക് ഇട്ടത് എന്നതിന് അദ്ധ്യാപകൻ വിശദീകരിക്കുകയുണ്ടായി. എല്ലാ ചോദ്യത്തിനും ശരിയായി ഉത്തരം എഴുതിയതുകൊണ്ട് നൂറിൽ നൂറ് മാർക്ക്. ചില ചോദ്യങ്ങൾക്ക് ഒന്നിലേറെ വഴികളിൽ ഉത്തരം എഴുതിയതിന് പത്ത് മാർക്ക് കൂടുതൽ. ഈ മിടുക്കൻ ഭാവിയിൽ ഒരു മികച്ച ശാസ്ത്രജ്ഞനായി തീരുമെന്ന് അദ്ദേഹത്തിനും സഹപ്രവർത്തകർക്കും ഉറപ്പുണ്ടായിരുന്നു. പിൽക്കാലത്ത് സത്യേന്ദ്രനാഥ് ബോസ് പ്രശസ്തനായ ഒരു ശാസ്ത്രജ്ഞനായി വളരുകയുണ്ടായി. ഒരു കണം ഇദ്ദേഹത്തിന്റെ പേരുമായി ബന്ധപ്പെട്ട് ബോസോൺ എന്നറിയപ്പെടുന്നു.

1894 ജനുവരി 1 നാണ് സത്യേന്ദ്രനാഥ്ബോസ് കൽക്കട്ടയിൽ ജനിച്ചത്. അദ്ദേഹം ജനിച്ചതുതന്നെ ഒന്നാം മാസം ഒന്നാം ദിനത്തിൽ. പിതാവ് റെയിൽവെ ഉദ്യോഗസ്ഥനായിരുന്ന സുരേന്ദ്രനാഥ് ബോസും മാതാവ്

അമോദിനി ദേവിയുമായിരുന്നു. വളരെ ചെറുപ്പത്തിൽതന്നെ സത്യേന്ദ്രൻ അസാമാന്യമായി ബുദ്ധിശക്തി പ്രകടിപ്പിച്ചിരുന്നു.

സത്യേന്ദ്രന്റെ വിദ്യാഭ്യാസ കാലത്ത് ഇന്ത്യയിൽ സ്വാതന്ത്ര്യ സമരം നടക്കുന്ന കാലമായിരുന്നു. ഇംഗ്ലീഷ് രീതിയിലുള്ള വിദ്യാഭ്യാസത്തെ സത്യേന്ദ്രൻ വെറുപ്പോടെ നോക്കിക്കണ്ടു. പഠിക്കുന്നതും പഠിപ്പിക്കുന്നതും മാതൃഭാഷയിലായിരിക്കണമെന്ന് അദ്ദേഹം അഭിപ്രായപ്പെട്ടു. വിദ്യാർത്ഥിയായിരിക്കുമ്പോൾ തന്നെ അദ്ദേഹം ബംഗാളിയിൽ ഒരു കൈയ്യെഴുത്തു മാസിക നടത്തിയിരുന്നു.

കോളേജ് ക്ലാസ്സുകളിൽ പഠിക്കുമ്പോൾ അദ്ദേഹം പ്രഫുല്ലചന്ദ്രറായ് എന്ന പ്രശസ്തനായ ശാസ്ത്രജ്ഞനെ പരിചയപ്പെടാനിടയായി. ഭാരതീയ രസതന്ത്രത്തിന്റ പിതാവ് എന്നറിയപ്പെടുന്ന റായിയുടെ വ്യക്തിത്വം സത്യനെ വളരെയധികം സ്വാധീനിക്കുകയുണ്ടായി. ഒരു ശാസ്ത്രജ്ഞനായി വളരാനുള്ള പ്രോത്സാഹനം റായിൽനിന്നാണ് അദ്ദേഹത്തിന് കിട്ടിയത്.

കോളേജ് വിദ്യാഭ്യാസത്തിനുശേഷം ബോസ് കൽക്കത്തയിലെ സയൻസ് കോളേജിൽ അദ്ധ്യാപകനായി. അക്കാലത്ത് ആ കോളേജിൽ ഊർജ്ജതന്ത്രത്തിൽ ബിരുദാനന്തരബിരുദകോഴ്സ് ആരംഭിക്കുകയുണ്ടായി. ആ കോഴ്സിൽ ഐൻസ്റ്റീന്റെ ആപേക്ഷികതാസിദ്ധാന്തം പഠിപ്പിക്കാനുണ്ടായിരുന്നു. അക്കാലത്ത് ആ സിദ്ധാന്തത്തെപ്പറ്റി പഠിപ്പിക്കാൻ കഴിവുള്ള അദ്ധ്യാപകരാരും കൽക്കത്തയിൽ ഉണ്ടായിരുന്നില്ല. ആധികാരികമായ ഗ്രന്ഥങ്ങളും ലഭ്യമായിരുന്നില്ല. ഐൻസ്റ്റീന്റെ ഗ്രന്ഥം ജർമ്മൻ ഭാഷയിലായിരുന്നു. ഈ ഗ്രന്ഥം ഇംഗ്ലീഷിലേക്ക് പരിഭാഷപ്പെടുത്തുന്ന ജോലി ബോസ് സ്വയം ഏറ്റെടുത്തു. വളരെ വിജയകരമായി ആ ജോലി അദ്ദേഹം പൂർത്തിയാക്കി. വിദ്യാർത്ഥികൾക്ക് ഈ ഭാഗം ക്ലാസിൽ അദ്ദേഹം പഠിപ്പിക്കുകയും ചെയ്തു.

ഐൻസ്റ്റീൻ കൃതികളുമായുള്ള ബന്ധം ബോസിനെ ഗവേഷണലോകത്ത് ആകർഷിച്ചു. 1923-ൽ കണികകളുടെ ഊർജ്ജാവസ്ഥയെക്കുറിച്ച് ഗവേഷണം ആരംഭിച്ചു. ഈ ഗവേഷണം ബോസോൺ കണങ്ങളുടെ കണ്ടുപിടിത്തത്തിന് കാരണമായി. 1974 ഫിബ്രവരി 4 ന് അദ്ദേഹം അന്തരിച്ചു.

ദുഃഖപുത്രിയുടെ ഗണിതപ്രശ്നം

ഒരു ഗ്രീക്ക് ഇതിഹാസമായ വിർജിലിന്റെ എയ്നീഡിലെ (Aeneid of Virgil) ഒരു കഥാപാത്രമാണ് ദിദോ (Dido). കാർത്തേജ് (Carthage) എന്ന പുരാതനനഗരം സ്ഥാപിച്ച ദിദോ ഒരു ദേവതയായിരുന്നുവോ അതോ ചരിത്ര വനിതയായിരുന്നുവോ എന്ന് സംശയിക്കുന്നവരുണ്ട്. സുമാർ മൂവായിരം വർഷങ്ങൾക്കുമുമ്പാണ് കഥ നടന്നിരുന്നത് എന്നതിനാൽ യാഥാർത്ഥ്യത്തെപ്പറ്റി ഉറപ്പിക്കാൻ നിവൃത്തിയില്ല.

കാർത്തേജ് എന്ന നഗരം ആധുനിക കാലത്തെ ടൂണിഷ്യ ആണെന്ന് വിശ്വസിക്കപ്പെടുന്നു. ക്രിസ്തുവിനുമുമ്പ് 146ൽ നടന്ന പ്യൂണിക്ക് യുദ്ധം വരെ ഈ നഗരം നിലനിന്നിരുന്നതായി പറയപ്പെടുന്നു. ഈ നഗരം സ്ഥാപിച്ചതിനെപ്പറ്റിയുള്ള കഥ ഇപ്രകാരമാണ്.

ടയിറെ (Tyre) എന്ന രാജ്യത്തിന്റെ രാജാവിന് (അദ്ദേഹത്തിന്റെ പേര് കഥയിൽ നൽകപ്പെട്ടിട്ടില്ല) അതിസുന്ദരിയായ ഒരു മകളും ഒരു മകനു മാണുണ്ടായിരുന്നത്. മകളായ ദിദോ എലിസ്സ (Dido Elissa) എന്നാണ് അറിയപ്പെട്ടിരുന്നത്. മകന്റെ പേര് പൈഗ്മാലിയോൺ (Pygmalion). ഇവർ രണ്ടുപേരെയുമാണ് രാജ്യത്തിന്റെ പിന്തുടർച്ചാവകാശികളായി രാജാവ് തന്റെ മരണപത്രത്തിലെഴുതിയിരുന്നത്. നിർഭാഗ്യവശാൽ രാജാവ് താമസിയാതെ അന്തരിച്ചു. രാജാവിന്റെ മരണശേഷം പൈഗ്മാലിയോൺ ആണ് ഭരണം ഏറ്റെടുത്തത്. പൈഗ്മാലിയോൺ അപ്പോൾ ഒരു ബാലൻ മാത്രമായിരുന്നു.

എലിസ്സ തന്റെ അമ്മാവനും ഹെർക്യുലിന്റെ പുരോഹിതനുമായ എയ്സർബാസിനെ (Acerbas) വിവാഹം ചെയ്തു. ഇദ്ദേഹത്തിന് ഭരണ കാര്യത്തിൽ രണ്ടാം സ്ഥാനമേ നൽകിയുള്ളൂ. ഒന്നാം ഭരണക്കാരൻ പൈഗ്മാലിയോൺ തന്നെ.

എയ്സർബാസിന് ധാരാളം സ്വർണ്ണമുണ്ടെന്ന ഒരു പ്രചാരം പൈഗ് മാലിയോണിന്റെ ചെവിയിലുമെത്തി. രാജാവ് അദ്ദേഹത്തെ സ്വകാര്യമായി വധിച്ചുകളഞ്ഞു. തന്റെ സഹോദരനാണ് തന്റെ പ്രിയപ്പെട്ട ഭർത്താവിനെ വധിച്ചതെന്ന് മനസ്സിലാക്കിയ എലിസ്സ കൊട്ടാരത്തിൽ ചെന്നു കുറേ

ചാക്കുകെട്ടുകളെടുത്ത് കടലിലേക്കെറിഞ്ഞു. മരണപ്പെട്ട തന്റെ ഭർത്താവിന്റെ ആത്മാവിനുള്ള ബലിയായിട്ടാണ് കെട്ടുകൾ കടലിലേക്കെറിഞ്ഞത്. എയ്സർബാസിന്റെ ധനശേഖരങ്ങളാണ് കടലിലേക്കെറിയുന്നത് എന്നാണ് എല്ലാവരെയും ധരിപ്പിച്ചിരുന്നതെങ്കിലും എറിയപ്പെട്ടത് മുഴുവൻ പൂഴി നിറച്ച ചാക്കുകളായിരുന്നു. വിശ്വസ്തരായ കുറച്ചു അനുയായികളെ സംഘടിപ്പിച്ച് അവർ കൊട്ടാരത്തിൽ നിന്ന് രക്ഷപ്പെട്ടു.

ഈ സംഘം യാത്രചെയ്ത് വടക്കെ ആഫ്രിക്കയിലെത്തി. താൽക്കാലികമായി താമസത്തിന് കുറച്ചു സ്ഥലം വേണമെന്ന് അവർ അവിടത്തെ നിവാസികളോട് അഭ്യർത്ഥിച്ചു. ഒരു കാളയുടെ തോൽകൊണ്ട് ആവരണം ചെയ്യാവുന്ന സ്ഥലമാണ് എലിസ്സ ആവശ്യപ്പെട്ടത്. ഈ ആവശ്യം കേട്ടപ്പോൾ അവിടത്തെ നിവാസികൾ ചിരിച്ചു. ഇത്രയും ചെറിയ സ്ഥലത്ത് ഇത്രയും പേർ എങ്ങനെ കഴിഞ്ഞുകൂടും എന്നോർത്താണ് അവർ ചിരിച്ചത്. അവർ വളരെ സന്തോഷത്തോടെ എലിസ്സയുടെ ആഗ്രഹം അനുവദിച്ചു.

എലിസ്സ കാളയുടെ തോൽ നാടയുടെ ആകൃതിയിൽ അനേകം ചെറിയ കഷണങ്ങളായി മുറിച്ച് എല്ലാം കൂട്ടിച്ചേർത്ത് നീളം കൂടിയ ഒരു നാടയാക്കി മാറ്റി. മെഡിറ്ററേനിയൻ കടൽതീരത്തായിരുന്നു സ്ഥലം സ്ഥിതി ചെയ്തിരുന്നത്. ഒരു ഭാഗം കടൽ ആയതിനാൽ ആ ഭാഗം കടൽ തന്നെ അതിർത്തിയാക്കി പിന്നീട് അർദ്ധവൃത്താകൃതിയിൽ ഒരു വലിയ കുന്നു മുഴുവൻ അവർ അളന്നെടുത്തു. ഒരു നിശ്ചിത ചുറ്റളവിൽ പരമാവധി വിസ്തീർണ്ണം ലഭിക്കുന്ന ജ്യാമിതീയ രൂപം ഏതായിരിക്കുമെന്ന പ്രശ്നം ദിദോയുടെ ഗണിതപ്രശ്നവുമായി ബന്ധപ്പെട്ടിരിക്കുന്നു. ഈ ഗണിതപ്രശ്നം നമുക്ക് പിന്നീട് ചർച്ച ചെയ്യാം. നമുക്ക് എലിസ്സയുടെ കഥ തുടരാം.

എലിസ്സ കൈവശമാക്കിയ പ്രദേശത്തിന് ബൈർസ (Byrsa) എന്നാണ് പേർ നൽകിയത്. മറക്കപ്പെട്ടത് (covered or hidden) എന്ന അർത്ഥത്തിലാണ് ഈ പേർ നൽകപ്പെട്ടത്. പിന്നീട് തദ്ദേശവാസികളെ ഉൾപ്പെടുത്തിക്കൊണ്ട് കാർത്തേജ് എന്ന പേരിൽ ഒരു നഗരം സ്ഥാപിക്കുകയും ആദ്യത്തെ രാജ്ഞിയായി ദിദോ അവരോധിക്കപ്പെടുകയും ചെയ്തു.

അധികം താമസിയാതെ അടുത്ത രാജ്യമായ മാക്സിട്ടാണി (Maxitani)യിലെ രാജാവായ ഇയാർബാസിന് (Iarbas) രാജ്ഞിയോട് അനുരാഗമുദിച്ചു. തന്നെ വിവാഹം ചെയ്യണമെന്ന് അദ്ദേഹം രാജ്ഞിയെ അറിയിച്ചു. താൻ ഒരു വിധവയാണെന്നും ഇനി ഒരു വിവാഹത്തിന് താത്പര്യമില്ലെന്നും എലിസ്സ അറിയിച്ചു. പക്ഷേ രാജാവ് പിൻതിരിയാൻ തയ്യാറായില്ല. ഒരു യുദ്ധത്തിനാണ് അദ്ദേഹം തയ്യാറായത്. ഒരു യുദ്ധം ചെയ്യാൻ എലിസ്സയ്ക്ക് താത്പര്യമുണ്ടായിരുന്നില്ല. ഒടുവിൽ അവർ വിവാഹത്തിന് സമ്മതം മൂളി. തന്റെ മരിച്ചുപോയ ഭർത്താവിന്റെ ആത്മാവിന് ആദരാഞ്ജലിയർപ്പിക്കാൻ ഒരു ചിതയൊരുക്കണമെന്നും ചില

കർമ്മങ്ങൾക്കു ശേഷം വിവാഹിതരാകാമെന്നുമാണ് അവർ രാജാവിനെ അറിയിച്ചത്. അതിനു വേണ്ടി തയ്യാറാക്കിയ ചിതയിൽ അവർ ആത്മ ഹത്യ ചെയ്തു എന്നും ഇതുകണ്ട രാജാവ് തന്റെ വാളുപയോഗിച്ച് സ്വയം കുത്തി മരിച്ചു എന്നും കഥയിൽ പറയുന്നു. എലിസ്സ കർമ്മങ്ങൾ കഴിച്ച ശേഷം തന്റെ വാളുപയോഗിച്ച് സ്വയം വെട്ടി മരിച്ചു എന്ന് മറ്റൊരു കഥ യിലും പറയുന്നു. ഏതായാലും അവർ ഒരു ദുഃഖപുത്രി തന്നെ. ഇനി നമുക്ക് ദിദോയുടെ ഗണിതപ്രശ്നത്തിലേക്ക് വരാം.

തന്റെ കൈവശമുള്ള 'നാട' ഉപയോഗിച്ച് പരമാവധി വിസ്തീർണ്ണം ലഭിക്കത്തക്കരീതിയിൽ ഏത് ജ്യാമിതീയ രൂപം വരയ്ക്കും എന്നതാ ണല്ലോ ദിദോയുടെ പ്രശ്നം. ഒരു നിശ്ചിത ചുറ്റളവുള്ള വ്യത്യസ്ത ചതുര ങ്ങൾ വരച്ച് വിസ്തീർണ്ണം കണ്ടാൽ വശങ്ങളുടെ വലിപ്പച്ചെറുപ്പം എങ്ങനെ വിസ്തീർണ്ണത്തെ സ്വാധീനിക്കുന്നു എന്ന് മനസ്സിലാക്കാം. താഴെ കൊടുത്തിരിക്കുന്ന ചിത്രങ്ങൾ പരിഗണിക്കുക.

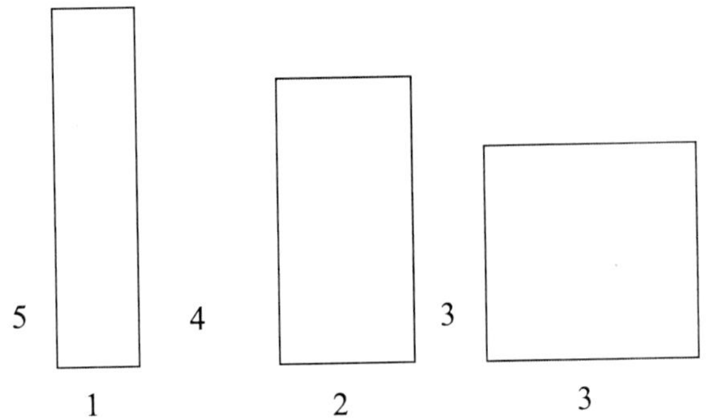

മുകളിൽ കൊടുത്തിരിക്കുന്ന ചതുരങ്ങളുടെ ചുറ്റളവുകൾ തുല്യമാണ്. ആദ്യത്തെ ചതുരത്തിന്റെ വിസ്തീർണ്ണം 5 X 1 = 5 ചതുരശ്ര യൂണിറ്റ്

രണ്ടാമത്തെ ചതുരത്തിന്റെ വിസ്തീർണ്ണം = 4 X 2 = 8 ചതുരശ്ര യൂണിറ്റ്

മൂന്നാമത്തെ ചതുരത്തിന്റെ വിസ്തീർണ്ണം = 3 X 3 = 9 ചതുരശ്ര യൂണിറ്റ്

അപ്പോൾ നീളവും വീതിയും തമ്മിലുള്ള വ്യത്യാസം കുറയുമ്പോൾ വിസ്തീർണ്ണം വർദ്ധിക്കുന്നതായി കാണാം. അപ്പോൾ വശങ്ങൾ തുല്യമാവുമ്പോഴാണ് പരമാവധി വിസ്തിർണ്ണം ലഭിക്കുന്നത്

ഒരേ ചുറ്റളവുള്ള രൂപങ്ങളിൽ വശങ്ങളുടെ എണ്ണവും വിസ്തിർ ണ്ണവും തമ്മിൽ എന്തെങ്കിലും ബന്ധമുണ്ടോ എന്ന് നമുക്ക് പരിശോ ധിക്കാം

12 യൂണിറ്റ് ചുറ്റളവുള്ള ഒരു ത്രികോണവും ചതുരവും താഴെ കൊടു ക്കുന്നു.

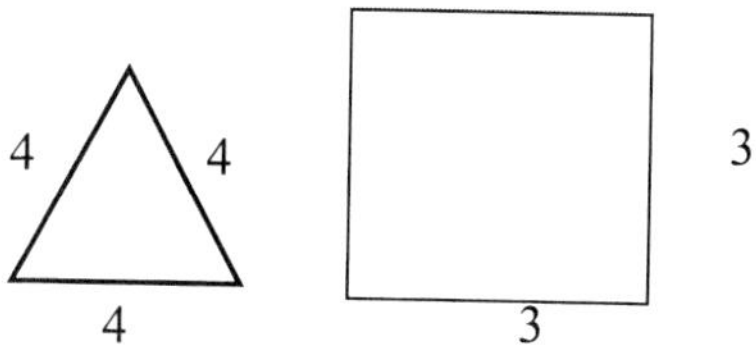

പരമാവധി കൂടിയ വിസ്തീർണ്ണം ലഭിക്കേണ്ടതിനാൽ സമഭുജത്രികോണവും സമചതുരവുമാണ് വരച്ചിട്ടുള്ളത്.

സമഭുജത്രികോണത്തിന്റെ വിസ്തീർണ്ണം $= \frac{\sqrt{3}}{4} a^2$

$$\frac{\sqrt{3}}{4} \text{x} 4 \text{x} 4 = 4\sqrt{3} = 4 \text{ x } 1.732 = 6.928$$ ച.യൂണിറ്റ്

സമചതുരത്തിന്റെ വിസ്തീർണ്ണം = 3 x 3 = 9 ച.യൂണിറ്റ്

ചുറ്റളവ് തുല്യമാണെങ്കിൽ ബഹുഭുജത്തിന്റെ വശങ്ങളുടെ എണ്ണം കൂട്ടുമ്പോൾ വിസ്തീർണ്ണം വർദ്ധിക്കുന്നതായി കാണാം. മൂന്ന് വശങ്ങളുള്ള ത്രികോണത്തേക്കാൾ വിസ്തീർണ്ണം നാലുവശമുള്ള സമചതുരത്തിന് കിട്ടും. നാലു വശമുള്ള സമചതുരത്തിന്റെ വിസ്തീർണ്ണത്തേക്കാൾ അഞ്ച് വശമുള്ള സമപഞ്ചഭുജത്തിന് കിട്ടും.

അസംഖ്യം വശങ്ങളുള്ള ഒരു സമബഹുഭുജമായിട്ടാണ് വൃത്തത്തെ കണക്കാക്കുന്നത്.

അപ്പോൾ ഒരു വിശ്ചിത ചുറ്റളവിൽ പരമാവധി വിസ്തീർണ്ണം കിട്ടുന്ന ജ്യാമിതീയ രൂപം വൃത്തമായിരിക്കും. ക്രിസ്തുവിന് 200 വർഷം മുമ്പ് സിനോഡോറസ് (zenodorus) ഇത് കണ്ടെത്തിയിരുന്നു.

ദിദോവിന്റെ കാര്യം പരിഗണിക്കുമ്പോൾ താൻ ആവശ്യപ്പെടുന്ന സ്ഥലത്തിന് കടൽതീരം അതിർത്തിയായി ഉണ്ടായിരുന്നു. അപ്പോൾ അവിടെ പ്രത്യേകം ഒരു അതിർത്തി നിർണ്ണയിക്കേണ്ടതില്ല. അപ്പോൾ ഒരു ഭാഗം ഒരു രേഖ ആകത്തക്കവിധത്തിൽ പിന്നീട് എന്ത് ആകൃതി സ്വീകരിക്കും എന്നതാണ് ദിദോവിന്റെ പ്രശ്നം. ഇത് ഒരു അർദ്ധവൃത്തമാണെന്ന് കാണാം.

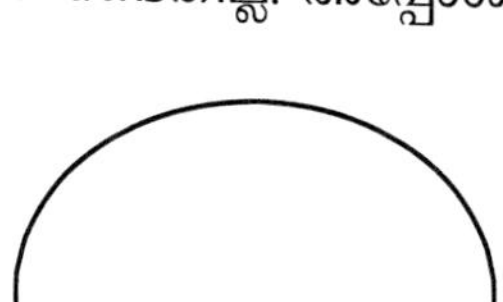

ഇങ്ങനെ ഒരു ഭാഗം കടലും മറ്റേ ഭാഗം അർദ്ധവൃത്താകൃതിയിലുമുള്ള സ്ഥലമാണ് ദിദോ കൈവശപ്പെടുത്തിയത്. ഒരു ഭാഗത്ത് കടൽതീരമില്ലെങ്കിൽ വൃത്താകൃതിയിലാണ് ദിദോ സ്ഥലം അളന്നെടുക്കേണ്ടിയിരുന്നത് എന്ന് നമുക്ക് മനസ്സിലാക്കാം.

നാലിന്റെ ഗുണിതം

രണ്ടിനോട് 2 കൂട്ടിയാലും 2നെ രണ്ടുകൊണ്ട് ഗുണിച്ചാലും ഒരേ ഉത്തരം കിട്ടും 4. അപ്പോൾ മറ്റൊരു പോസിറ്റീവ് സംഖ്യക്കുമില്ലാത്ത പ്രത്യേകത നാലിന് ഉണ്ടെന്ന് പറയാം. ഒന്നിനെ നാലുകൊണ്ട് തുടർച്ചയായി ഗുണിച്ചാൽ കിട്ടുന്ന ഫലങ്ങൾക്കുമുണ്ട് മറ്റ് സംഖ്യകൾക്കൊന്നുമില്ലാത്ത ഒരു പ്രത്യേകത. അത് വിശദീകരിക്കുന്നതിനുമുമ്പ് ഒന്നിനെ നാലുകൊണ്ട് ഗുണിച്ചാലുള്ള ഫലങ്ങൾ നമുക്ക് ക്രമത്തിൽ എഴുതാം.

$$
\begin{aligned}
1 \times 4 &= 4 \\
4 \times 4 &= 16 \\
16 \times 4 &= 64 \\
64 \times 4 &= 256 \\
256 \times 4 &= 1024 \\
1024 \times 4 &= 4096 \\
4096 \times 4 &= 16384 \\
16384 \times 4 &= 65536 \\
65536 \times 4 &= 262144 \\
262144 \times 4 &= 1048576
\end{aligned}
$$

ഇവിടെ പത്തു ഗുണിതങ്ങൾ തുടർച്ചയായി എഴുതിയിരിക്കുന്നു.

ഇവയിലെ ഒരു നിശ്ചിതവരിവരെയുള്ള ഗുണിതങ്ങളുടെ തുക എളുപ്പത്തിൽ കാണുന്നതിനുള്ള ഒരു വഴി നമുക്ക് കണ്ടുപിടിക്കാം.

ആദ്യത്തെ 2 വരികളിലെ ഗുണനങ്ങളുടെ തുക = 4+16=20

മൂന്നാമത്തെ വരിയിൽനിന്നും 4 കുറക്കുക

64 − 4 = 60

3 കൊണ്ട് ഹരിക്കുക 60/3 = 20

ഇത് ആദ്യത്തെ രണ്ടു വരിയിലെ സംഖ്യകളുടെ തുകയാണല്ലോ.

ഇനി മൂന്ന് വരികളിലെ സംഖ്യകളുടെ തുക = 4+16+64=84

നാലാമത്തെ വരിയിലെ സംഖ്യ = 256

നാലുകുറച്ചാൽ 256 − 4 = 252

3 കൊണ്ട് ഹരിച്ചാൽ 252/3 = 84

തുക കാണുന്നതിനേക്കാൾ പ്രയാസമല്ലേ 4 കുറച്ചു 3 കൊണ്ട് ഹരിക്കുന്നത് എന്ന് ഒരുപക്ഷേ സംശയം തോന്നാം.

ഇരുപതു വരികളിലെ സംഖ്യകളുടെ തുക കാണേണ്ടിവരുമ്പോഴോ? ഇരുപത്തി ഒന്നാം വരിയിലെ സംഖ്യയിൽനിന്ന് 4 കുറച്ച് 3 കൊണ്ട് ഹരിച്ചാൽ മതിയാകും.

അതായത് n വരികളിലെ സംഖ്യകളുടെ തുക= (n+1-ാം വരിയിലെ സംഖ്യ − 4)/3

മെട്രിക്ക് രീതി

നാം ഇന്ന് ദൂരം, നീളം എന്നിവയൊക്കെ അളക്കുന്നതിന് അടിസ്ഥാന ഏകകമായി മീറ്ററാണ് ഉപയോഗിക്കുന്നത്. മീറ്റർ അടിസ്ഥാനമായിട്ടുള്ള ഏകകരീതി മെട്രിക്ക് രീതി (Metric System) എന്നാണ് അറിയപ്പെടുന്നത്.

പ്രാചീന മനുഷ്യരെ സംബന്ധിച്ചിടത്തോളം അളക്കുന്നതിന് സൂക്ഷ്മവും കൃത്യവുമായ ഏകകങ്ങളൊന്നും ആവശ്യമായിരുന്നില്ല. ചെറിയ നീളങ്ങൾ അളക്കാൻ സ്വന്തം ശരീരവും ശരീരാവയവങ്ങളുമായിരുന്നു ഏകകങ്ങൾ. ഒരു കിണറിൽ അഥവാ പൊയ്കയിൽ എത്ര വെള്ളമുണ്ട് എന്ന് കണക്കാക്കിയിരുന്നത് ഒരാളുടെ പൊക്കത്തിൽ എന്നോ രണ്ടാളിന്റെ പൊക്കത്തിൽ എന്നോ മുട്ടോളമെന്നോ പറയുമായിരുന്നു. ചെറിയ നീളമാകുമ്പോൾ അടി (Foot), ചാൺ (Span), മുഴം (cubic) തുടങ്ങിയ ഏകകങ്ങൾ ഉപയോഗിച്ചിരുന്നു. ഒരു മനുഷ്യന്റെ കാലടിയുടെ നീളമാണ് ഒരു അടിയായി സ്വീകരിച്ചിരുന്നത്.

ആളിന്റെ വലിപ്പച്ചെറുപ്പത്തിനനുസരിച്ച് അടിയുടെ നീളത്തിന് വലിയ അന്തരം ഉണ്ടാവുക സ്വാഭാവികം. ഒരു നിശ്ചിത നീളം ആണെങ്കിൽ മാത്രമേ ഒരു ഏകകമായി പരിഗണിക്കാൻ പറ്റൂ എന്ന് പ്രായോഗികമായി അവൻ മനസ്സിലാക്കി. അടി എന്ന നീളത്തെ ഒരു സ്റ്റാൻഡേർഡ് ഏകകമാക്കി മാറ്റാൻ പല രാജ്യത്തും പല ശ്രമങ്ങൾ നടക്കുകയുണ്ടായി.

ഇംഗ്ലണ്ടിലെ ഒരു രാജാവ് അടിയെ സ്റ്റാൻഡേർഡ് അടി ആക്കാൻ തീരുമാനിച്ചപ്പോൾ സ്വീകരിച്ച വഴി ഇതായിരുന്നു. ഒരു ദിവസം ഞായറാഴ്ച നിശ്ചയിക്കപ്പെട്ട ഉദ്യോഗസ്ഥരോട് അടുത്തുള്ള പള്ളിയിൽ പോകാൻ നിർദ്ദേശിച്ചു. അവർ ചെയ്യേണ്ടത് ഇതാണ്. പള്ളിയിൽ രാവിലെ ആദ്യം വരുന്ന പ്രായപൂർത്തിയായ 16 ആളുകളെ വരിവരിയായി നിർത്തുക. ഒരാളുടെ കാലടിയുടെ മുന്നറ്റം മുന്നിൽ നിൽക്കുന്ന ആളിന്റെ കാലടിയുടെ പിന്നറ്റം തൊടത്തക്കരീതിയിലാണ് നിർത്തേണ്ടത്. ഇവരുടെ കാലടികളുടെ ആകെ നീളമെടുക്കുക. ഇതിന്റെ പതിനാറിൽ ഒരംശം കാണുക. ഇതാണ് ഒരു സ്റ്റാൻഡേർഡ് അടിയായി തീരുമാനിക്കപ്പെട്ടത്.

നീളം അളക്കുന്നതിനുള്ള ഏകകമായി ലോകത്തിന്റെ വിവിധ ഭാഗങ്ങളിൽ നുറകണക്കിന് ഏകകങ്ങൾ പുരാതനകാലത്ത് നിലവിലുണ്ടായിരുന്നു. വാണിജ്യാവശ്യങ്ങൾക്കും ശാസ്ത്രീയാവശ്യങ്ങൾക്കും വ്യത്യസ്ത ഏകകങ്ങൾ ധാരാളം പ്രയാസം സൃഷ്ടിക്കുകയുണ്ടായി. ഒരു സ്ഥലത്ത് ഉപയോഗിച്ചിരുന്ന ഒരു ഏകകത്തിൽനിന്ന് മറ്റൊരു സ്ഥലത്തെ ഏകകത്തിലേക്ക് മാറ്റുക എളുപ്പമാവുന്നില്ല. ലോകത്തിൽ എല്ലായിടത്തും ഒരേ ഏകകങ്ങൾ ഉപയോഗിച്ചാൽ നന്നായിരിക്കുമെന്ന് അക്കാലത്തെ ജനങ്ങൾക്ക് തോന്നി. അങ്ങനെ പൊതുവായ ഏകകങ്ങൾ നിർണ്ണയിക്കാനുള്ള ശ്രമങ്ങൾ പലയിടത്തും നടന്നു.

ലോകത്തിൽ എല്ലാഭാഗത്തും എളുപ്പത്തിൽ ലഭ്യമായ ഒരു വസ്തുവായിരിക്കണം ഏകകമായി ഉപയോഗിക്കേണ്ടത് എന്നത് വ്യക്തമാണല്ലോ. ഏതാണ്ട് 1660 ൽ ലണ്ടൻ റോയൽ സൊസൈറ്റി നീളത്തിന്റെ ഏകകമായി സ്വീകരിക്കാൻ നിർദ്ദേശിച്ചത് ക്ലോക്കിന്റെ ഒരു സെക്കന്റിൽ ഒരു പ്രാവശ്യം ദോലനം ചെയ്യുന്ന പെൻഡുലമാണ്.

ഭൂമിയുടെ അളവുമായി ബന്ധപ്പെട്ട ഒരു ഏകകം 1670 ൽ അബ്ബെ ഗബ്രിയേൽ മൗട്ടൻ (Abbe Gabriel Mouton) നിർദ്ദേശിക്കുകയുണ്ടായി. ഒരു നാവികനാഴിക (nautical mile) ആയിരത്തിലൊരംശമാണ് അദ്ദേഹം നിർദ്ദേശിച്ച ഏകകം. ഇത് ഏതാണ്ട് ഇപ്പോഴത്തെ മീറ്ററിൽ 1.85 വരും. ഇത് അല്പം നീളം കൂടുതലായതിനാൽ ഉപയോഗിക്കാൻ പ്രായോഗികമായി വിഷമം നേരിട്ടു.

1672ൽ റിച്ചർ പെൻഡുലത്തിന്റെ നീളത്തെപ്പറ്റി ഒരു പുതിയ കണ്ടുപിടിത്തം നടത്തുകയുണ്ടായി. ഒരു സെക്കന്റിൽ ഒരു തവണ ദോലനം ചെയ്യുന്ന പെൻഡുലത്തിന്റെ നീളം പാരീസിലും ഭൂമദ്ധ്യരേഖയ്ക്കടുത്തുള്ള കെയ്നെയിലും വ്യത്യസ്തമാണെന്ന് അദ്ദേഹം സ്ഥാപിച്ചു. പാരീസിലെ പെൻഡുലത്തിന് നീളം കൂടുതലുണ്ടായിരുന്നു. ഭൂമിയുടെ ആകർഷണവുമായി ബന്ധപ്പെട്ട് പെൻഡുലത്തിന്റെ നീളത്തിന് മാറ്റമുണ്ടാകുമെന്ന കണ്ടുപിടിത്തം ഏകകമായി പെൻഡുലം ഉപയോഗിക്കാൻ പറ്റില്ലെന്ന സ്ഥിതിയിലേക്കെത്തിച്ചു. അങ്ങനെ പെൻഡുലത്തിന്റെ നീളം ഏകകമാക്കാനുള്ള നിർദ്ദേശം തള്ളപ്പെട്ടു.

1790 മെയ് 8-ാം തീയ്യതി ഫ്രാൻസിലെ കോൺസ്റ്റന്റ് അസംബ്ലി അളവിനും തൂക്കത്തിനും ഏകകങ്ങൾ നിശ്ചയിക്കുന്നതിനായി ശാസ്ത്രജ്ഞന്മാരുടെ ഒരു കമ്മറ്റി രൂപീകരിച്ചു. ലഗ്രാൻഷ്, ലാപ്ലാസ്, മോംഗ്, ബോർഡ്, ലാവോസിയർ എന്നിവരായിരുന്നു കമ്മറ്റി അംഗങ്ങൾ. ഒരു സെക്കന്റിൽ ഒരു പ്രാവശ്യം ദോലനം ചെയ്യുന്ന പെൻഡുലമാണ് ആദ്യം അവർ പരിഗണിച്ചത്.

1791 മാർച്ച് 26ന് പെൻഡുലത്തിന്റെ നീളം ഏകകമാക്കാനുള്ള ആശയം തള്ളിക്കളഞ്ഞു. ഭൂമിയുടെ ധ്രുവത്തിൽ നിന്നും ഭൂമദ്ധ്യരേഖ വരെയുള്ള നീളത്തിന്റെ പത്ത് ദശലക്ഷത്തിലൊരംശം നീളം ഏകകമാക്കാനാണ്

അവർ ശിപാർശ ചെയ്തത്. measure (അളവ്) എന്നർത്ഥമുള്ള ഗ്രീക്ക് വാക്കായ മീറ്റർ (metre) ആണ് ഈ ഒരു ഏകകത്തിന് നൽകപ്പെട്ട പേർ.

സമയം ഒഴികെ മറ്റെല്ലാ അളവുകൾക്കും മീറ്ററുമായി ബന്ധപ്പെട്ട അടിസ്ഥാന ഏകകങ്ങൾ നിർമ്മിക്കലായി കമ്മറ്റിയുടെ അടുത്ത ചുമതല. പത്തു മീറ്റർ നീളവും വീതിയുമുള്ള സമചതുരത്തിന്റെ വിസ്തീർണ്ണം വിസ്തീർണ്ണത്തിന്റെ ഏകകം ആയി നിശ്ചയിക്കപ്പെട്ടു. ഇതിന് നൽകപ്പെട്ട പേർ ആർ (are) എന്നാണ്. ഒരു ലിറ്റർ ശുദ്ധജലത്തിന്റെ ഭാരം, ഭാരത്തിനുള്ള ഏകകമായി കണക്കാക്കി. ഇതിന് കിലോഗ്രാം എന്നാണ് പേർ നൽകിയത്.

നീളം, വിസ്തീർണ്ണം, വ്യാപ്തം, ഭാരം എന്നിവയ്ക്ക് ഉപയോഗിക്കുന്ന ഏകകങ്ങളെല്ലാം ദശാംശസമ്പ്രദായത്തെ അഥവാ പത്തിന്റെ ഗുണിതങ്ങളെ അടിസ്ഥാനമാക്കിയിരിക്കണമെന്ന് ഫ്രഞ്ച് ഗവർമ്മെണ്ട് 1793 ആഗസ്ത് ഒന്നിന് ഒരു ഉത്തരവ് പുറപ്പെടുവിച്ചു. അതുവരെ ഫ്രാൻസിൽ 12 അടിസ്ഥാനമാക്കിയുള്ള ഏകകങ്ങളാണ് പ്രചാരത്തിലുണ്ടായിരുന്നത്. പത്ത് അടിസ്ഥാനമായ ഏകകങ്ങളിലേക്ക് മാറ്റുമ്പോൾ പുതിയ പദങ്ങൾ കണ്ടുപിടിക്കാൻ അവർ നിർബന്ധിതരായി. അങ്ങനെ ഡസീമീറ്റർ, സെന്റീമീറ്റർ, മില്ലീമീറ്റർ, ഡസീഗ്രാം, സെന്റീഗ്രാം കിലോഗ്രാം തുടങ്ങിയ ഏകകങ്ങൾ രൂപീകരിക്കപ്പെട്ടു. കണക്കു കൂട്ടുന്നതിലുള്ള കൃത്യതയും എളുപ്പവും കാരണം പത്ത് ഏകകമായിട്ടുള്ള ഏകകങ്ങൾ അവർക്ക് വളരെ സ്വീകാര്യമായി അനുഭവപ്പെട്ടു.

പാരീസിൽവെച്ച് 1799 ൽ വിവിധരാജ്യങ്ങളിലെ ശാസ്ത്രജ്ഞന്മാരുടെ ആദ്യയോഗം ചേരുകയും പത്ത് അടിസ്ഥാനമായിട്ടുള്ള മെട്രിക്ക് രീതി എല്ലാ രാജ്യങ്ങളിലും നടപ്പിലാക്കണമെന്ന് ശുപാർശ ചെയ്യപ്പെടുകയും ചെയ്തു. അതേ വർഷം ജൂൺ 22-ാം തീയ്യതി ഫ്രഞ്ച് നാഷനൽ ആർക്കൈവ്സിൽ മീറ്ററിന്റേയും കിലോഗ്രാമിന്റേയും പ്ലാറ്റിനത്തിൽ നിർമ്മിച്ച് മാതൃകകൾ പ്രദർശിപ്പിക്കപ്പെട്ടു. ആ വർഷം ഡിസംബർ 10ന് മീറ്ററിന് രണ്ടാമതൊരു നിർവ്വചനം അവതരിപ്പിക്കപ്പെട്ടു. നാഷനൽ ആർക്കൈവ്സിൽ സൂക്ഷിച്ചിട്ടുള്ള 3 അടിയും 11.296 “വര”കളും ഉള്ള പ്ലാറ്റിനം സ്റ്റാൻഡേർഡിന്റെ നീളമാണ് ഒരു മീറ്ററായി സ്വീകരിക്കപ്പെട്ടത്. അംഗീകരിക്കപ്പെട്ട ഈ ഏകകം കഴിയുന്നത്ര ഉപയോഗിക്കപ്പെടണമെന്ന് ഫ്രഞ്ച് ഭരണകൂടം ജനങ്ങളോട് നിർദ്ദേശിക്കുകയുണ്ടായി.

ഫ്രാൻസിലെ പാരീസിനടുത്ത സെവേഴ്സിൽ അളവിനും തൂക്കത്തിനുമുള്ള ഒരു അന്താരാഷ്ട്ര ബ്യൂറോ 1875-ൽ സ്ഥാപിച്ചു. അന്തർദ്ദേശീയമായ ഒരു മാതൃക എന്ന നിലയിൽ മീറ്ററിന്റെ ഇറീഡിയോ പ്ലാറ്റിനം ലോഹദണ്ഡ് ബ്യൂറോവിന്റെ ആഭിമുഖ്യത്തിൽ നിർമ്മിക്കപ്പെട്ടു.

അളവിനും തൂക്കത്തിനുമുള്ള അന്തർദ്ദേശീയക്കമ്മറ്റി 1899-ൽ യോഗം ചേർന്ന് മീറ്ററിന് മൂന്നാമതൊരു നിർവചനം നൽകാൻ തയ്യാറായി. മീറ്ററിന്റെ നീളത്തിന് ആധാരമായ കണക്കുകൂട്ടലുകൾക്ക് ഭൂമിയുടെ അളവ്

ഉപേക്ഷിക്കാൻ തീരുമാനിച്ചു. പൂജ്യം ഡിഗ്രി സെന്റിഗ്രേഡിൽ സ്റ്റാൻ ഡേർഡ് ഇറിഡിയോ പ്ലാറ്റിനം മീറ്റർദണ്ഡിന്റെ നിശ്ചിത അങ്കനങ്ങൾ തമ്മി ലുള്ള അകലമാണ് അംഗീകരിക്കപ്പെട്ടത്.

ആയിരത്തിതൊള്ളായിരത്തി അമ്പതുകളിൽ ലെയ്സറിന്റെ കണ്ടു പിടിത്തത്തോടെ ഓപ്റ്റിക്സിലും അറ്റോമിക് ഫിസിക്സിലും വിപ്ലവ കരമായ മാറ്റങ്ങൾ വരുത്തുകയുണ്ടായി. സ്വാഭാവികമായി ശാസ്ത്ര ത്തിൽ വന്ന മാറ്റം അളവുകളുടെ ഏകകനിർണ്ണയത്തിലും മാറ്റം വേണ മെന്ന് ശാസ്ത്രജ്ഞന്മാർക്ക് തോന്നി. മൂലകങ്ങൾ പുറപ്പെടുവിക്കുന്ന രശ്മികളുടെ അംഗദൈർഘ്യം (Wave length) വളരെ കൃത്യമായതിനാൽ ഈ നീളങ്ങൾ ഉപയോഗിക്കുന്നത് വളരെ കൃത്യമായിരിക്കുമെന്ന് ശാസ്ത്ര ജ്ഞന്മാർ അഭിപ്രായപ്പെട്ടു. അങ്ങിനെ മീറ്ററിന് നാലാമതൊരു നിർവ്വ ചനം രൂപപ്പെട്ടു. സ്വാഭാവിക ക്രിപ്റ്റൺ വാതകത്തിന്റെ ഒരു ഐസോ ടോപ്പായ ക്രിപ്റ്റൺ 86 എന്ന വാതകം പുറപ്പെടുവിക്കുന്ന ഓറഞ്ച് രശ്മി യുടെ അംഗദൈർഘ്യത്തിന്റെ 1650763.73 മടങ്ങാണ് ഒരു മീറ്റർ എന്ന് നിർവചിക്കപ്പെട്ടു.

വളരെ സൂക്ഷ്മമായ ഈ നിർവ്വചനം കൊണ്ടും ശാസ്ത്രജ്ഞന്മാർ തൃപ്തരായില്ല. 1983 ഓക്ടോബർ 20ന് പ്രകാശത്തിന്റെ വേഗതയെ അടി സ്ഥാനമാക്കി മീറ്ററിന് മറ്റൊരു നിർവ്വചനം -അഞ്ചാമതൊരു നിർവ്വചനം- അവതരിപ്പിക്കപ്പെട്ടു. ഒരു സെക്കന്റിൽ 299792458 മീറ്ററാണ് പ്രകാശ ത്തിന്റെ വേഗത. അപ്പോൾ പ്രകാശം ഒരു സെക്കന്റിൽ സഞ്ചരിക്കുന്ന വേഗതയുടെ 299792458 ൽ ഒരു ഭാഗമാണ് ഒരു മീറ്റർ എന്നായി പുതിയ നിർവ്വചനം. അപ്പോൾ ഒരു സെക്കന്റ് സമയം എത്രയായിരിക്കും? സീഷിയം 133 എന്ന ആറ്റത്തിന്റെ റേഡിയേഷനുമായി ബന്ധപ്പെട്ടാണ് സെക്കന്റ് നിർവ്വചിക്കപ്പെട്ടത്. ഒരു നിശ്ചിതരീതിയിൽ നിർവ്വചിക്കപ്പെട്ട റേഡിയേഷൻ പിരീഡിന്റെ 9192631770 മടങ്ങായിട്ടാണ് ഒരു സെക്കന്റ് കണക്കാക്കപ്പെടുന്നത്. മീറ്ററിന്റെയും സെക്കന്റിന്റെയും ഈ പുതിയ നിർവ്വചനങ്ങൾ അളവുകളിലുള്ള ആധുനികകാലത്തെ സൂക്ഷ്മത വ്യക്ത മാക്കുന്നു. ഒപ്പം ശാസ്ത്രം കൈവരിച്ച നേട്ടങ്ങളും.

ദൂരെ, ദൂരെ, ദൂരെ...

നാം ഇപ്പോൾ അളവുകൾ കണക്കാക്കുന്നതിന് മെട്രിക്ക് ഏകകങ്ങളാണല്ലോ ഉപയോഗിക്കുന്നത്. പത്തിന്റെ ഗുണിതങ്ങളായ മെട്രിക്ക് ഏകകങ്ങൾ കണക്കു കൂട്ടുന്നതിന് വളരെ എളുപ്പമായതിനാലാണ് ഇവയ്ക്ക് ഇത്രയേറെ പ്രചാരം ലഭിച്ചത്. പക്ഷേ മെട്രിക്ക് ഏകകങ്ങൾ എല്ലായ്പ്പോഴും ഉപയോഗിക്കാറില്ല.

ഒരു രേഖാഖണ്ഡത്തിന്റെ നീളം, ഒരു കെട്ടിടത്തിന്റെ ഉയരം, രണ്ട് സ്ഥലങ്ങൾ തമ്മിലുള്ള ദൂരം എന്നിവയൊക്കെ കണക്കാക്കാൻ യഥാക്രമം സെന്റീമീറ്റർ, മീറ്റർ, കിലോമീറ്റർ എന്നിങ്ങനെയുള്ള മെട്രിക്ക് ഏകകങ്ങൾ ഉപയോഗിക്കാം. പക്ഷേ വലിയ വലിയ ദൂരങ്ങൾ കണക്കാക്കാൻ മെട്രിക്ക് ഏകകങ്ങൾ അപര്യാപ്തമാണ്.

നമ്മുടെ പ്രപഞ്ചം നമുക്ക് ഊഹിക്കാൻ സാധിക്കുന്നതിലും വളരെ വലുതാണെന്ന് നമുക്കറിയാം. പ്രപഞ്ചത്തിൽ അനേകായിരം നക്ഷത്രങ്ങളുണ്ട്. അവയിൽ ഒന്നു മാത്രമാണ് സൂര്യൻ. സൂര്യന് ചുറ്റും ഗ്രഹങ്ങൾ ചുറ്റിത്തിരിഞ്ഞു കൊണ്ടിരിക്കുന്നു. സൂര്യനിൽ നിന്ന് ഒരു ഉപഗ്രഹമായ ഭൂമിയിലേക്ക് തന്നെ ആയിരക്കണക്കിന് കിലോമീറ്ററുകളുണ്ട്. ആകാശത്തിലെ അനേകായിരം നക്ഷത്രങ്ങളിലേക്ക് ഭൂമിയിൽ നിന്നുള്ള ദൂരം കണക്കാക്കാൻ കിലോമീറ്റർ എന്ന ഏകകം വളരെ അപര്യാപ്തമാണെന്ന് കാണാം. ഇത്തരം സന്ദർഭങ്ങളിൽ ഉപയോഗിക്കാവുന്ന ഒരു ഏകകമാണ് അസ്ട്രോണമിക്കൽ യൂണിറ്റ് (Astronomical Unit) ഇതിനെ ചുരുക്കത്തിൽ A.U എന്ന് രേഖപ്പെടുത്തുന്നു.

ഭൂമിയിൽ നിന്ന് സൂര്യനിലേക്കുള്ള ദൂരം എല്ലായ്പ്പോഴും തുല്യമല്ല എന്ന് നമുക്കറിയാം. ഈ ദൂരം കൂടിയും കുറഞ്ഞുമിരിക്കും. ഇവയുടെ ശരാശരി ദൂരമാണ് ഒരു അസ്ട്രോണമിക്കൽ യൂണിറ്റ്. ഇത് 149.6 ദശലക്ഷം കിലോമീറ്റർ അഥവാ 93 ദശലക്ഷം മൈലാണ്.

അസ്ട്രോണമിക്കൽ യൂണിറ്റുമായി ബന്ധമുള്ള ഒരു ഏകകമാണ് പാർസെക്ക് (Parsec). ഒരു അസ്ട്രോണമിക്കൽ യൂണിറ്റ് നീളം എതിർ വശമുള്ള ത്രികോണത്തിൽ ഒരു സെക്കന്റ് അളവുള്ള ഒരു കോൺ

നിർണ്ണയിക്കുന്ന ദൂരമാണ് ഒരു പാർസെക്ക് എന്നറിയപ്പെടുന്നത്. (Parsec is the distance at which an angle of one second of arc would form a triangle having an opposite side with a length of one astronomical unit.) സമയത്തെ മിനിറ്റ്, സെക്കന്റ് എന്നിങ്ങനെ ഭാഗിച്ചതുപോലെ കോണളവായ ഡിഗ്രി അളവിനെയും മിനിറ്റ്, സെക്കന്റ് എന്നിങ്ങനെ ഭാഗിച്ചിട്ടുണ്ട്. ഒരു ഡിഗ്രിയെ 60 മിനിറ്റായും ഒരു മിനിറ്റിനെ 60 സെക്കന്റായും ഭാഗിച്ചിരിക്കുന്നു.

പാർസെക്ക് എന്നത് PARallax + $(SEC)^3$ന്റെ ചുരുക്കരൂപമാണ്. ഇതിനെ വീണ്ടും ചുരുക്കി p c എന്ന് രേഖപ്പെടുത്താറുണ്ട്. ഒരു പാർസെക്ക് എന്നത് 206265 അസ്ട്രോണമിക്കൽ യൂണിറ്റാണ്. ഇത് 3.0857×10^{13} കിലോമീറ്ററും 1.92×10^{13} മൈലുമാണ്.

നക്ഷത്രങ്ങൾ തമ്മിലുള്ള ദൂരങ്ങൾ പോലെയുള്ള വലിയ ദൂരങ്ങൾ അളക്കാനുള്ള മറ്റൊരു ഏകകമാണ് പ്രകാശവർഷം (Light year). പ്രകാശം ശൂന്യതയിൽ ഒരു വർഷം സഞ്ചരിക്കാനെടുക്കുന്ന ദൂരമാണിത്. പ്രകാശത്തിന്റെ വേഗത ഒരു സെക്കന്റിൽ 299792458 മീറ്റർ അഥവാ 186,000 മൈൽ ആകുന്നു. ഇതിനെ c എന്ന് സൂചിപ്പിക്കുന്നു. ആൽബർട്ട് ഐൻസ്റ്റൈയിന്റെ പ്രശസ്ത സൂത്രവാക്യം $E = mc^2$ se c എന്നത് പ്രകാശത്തിന്റെ വേഗതയാണ്.

ഒരു പ്രകാശവർഷമെന്നത് 9,460,00,000,000 കിലോമീറ്റർ അഥവാ 5,880,000,000,000 മൈൽ ആകുന്നു. സൂര്യനിൽ നിന്ന് ഭൂമിയിലേക്കുള്ള ദൂരം പ്രകാശവർഷത്തിന്റെ അടിസ്ഥാനത്തിൽ പറയുമ്പോൾ 8.3 മിനിറ്റാണ്. ഒരു അസ്ട്രോണമിക്കൽ യൂനിറ്റ് എന്നത് 3.2616 പ്രകാശവർഷമായിരിക്കും.

1089 എന്ന അത്ഭുത സംഖ്യ

1089 എന്ന സംഖ്യയെ ഒന്ന് സൂക്ഷിച്ചു നോക്കൂ എന്തൊക്കെയാണിതിന്റെ പ്രത്യേകത? ഇതിലെ അക്കങ്ങളുടെ തുക 9 ആണ്. അതിനാൽ 9 കൊണ്ടും 3 കൊണ്ടും നിശ്ശേഷം ഹരിക്കാം. മറ്റെന്തു പ്രത്യേകത നിങ്ങൾക്ക് കണ്ടെത്താൻ കഴിയും?

വ്യത്യസ്ത അക്കങ്ങളുള്ള ഒരു മൂന്നക്ക സംഖ്യ നിങ്ങൾ ഒരു കടലാസിൽ എഴുതുക. ഈ സംഖ്യയെ 'തലതിരിച്ച്' എഴുതുക. ഒന്നാം സ്ഥാനത്തെ അക്കം നൂറാം സ്ഥാനത്തും നൂറാം സ്ഥാനത്തെ അക്കം ഒന്നാം സ്ഥാനത്തും മാറ്റിയെഴുതുന്നതാണ് ഇവിടെ തലതിരിക്കുക എന്നർത്ഥമാക്കുന്നത്. അപ്പോൾ പത്താംസ്ഥാനത്തെ അക്കത്തിന് മാറ്റമില്ല.

നിങ്ങൾ ആദ്യം എഴുതിയ സംഖ്യയും 'തലതിരിച്ചെഴുതിയ' സംഖ്യയും പരിശോധിച്ചാൽ ഒരു കാര്യം വ്യക്തമാകും. ഒരു സംഖ്യ വലുതും മറ്റേ സംഖ്യ ചെറുതുമായിരിക്കും. ഈ സംഖ്യകൾ തമ്മിലുള്ള വ്യത്യാസം കാണുക. അതായത് വലിയ സംഖ്യയിൽനിന്ന് ചെറിയ സംഖ്യ കുറയ്ക്കുക. നമുക്ക് വീണ്ടും ഒരു മൂന്നക്ക സംഖ്യ ലഭിക്കും.

ഈ മൂന്നക്കസംഖ്യയെ വീണ്ടും തല തിരിച്ചെഴുതുക. ഈ രണ്ട് സംഖ്യകളുടെയും തുക കാണുക. അത്ഭുതം! അത് 1089 ആയിരിക്കും.

ഉദാഹരണമായി നിങ്ങൾ ആദ്യം എഴുതിയ സംഖ്യ 841 എന്നിരിക്കട്ടെ. ഇത് തലതിരിച്ചെഴുതിയാൽ 148 കിട്ടും. വ്യത്യാസം = 841–148 =693

693നെ തലതിരിച്ചെഴുതിയാൽ 396 കിട്ടും.

693+396 = 1089

മിക്കവാറും ഏത് മൂന്നക്കസംഖ്യയിൽനിന്ന് ആരംഭിച്ചാലും നാം 1089ൽ എത്തിച്ചേരും. പക്ഷേ അപൂർവം സന്ദർഭങ്ങളിലെങ്കിലും 1089ൽ എത്താതെ വരാം. അവ എപ്പോഴൊക്കെയെന്ന് നിങ്ങൾ കണ്ടെത്താൻ ശ്രമിക്കുമല്ലോ.

പ്രത്യേക മാന്ത്രികചതുരം

നാല് വരിയും നാല് നിരയുമുള്ള ഒരു മാന്ത്രികചതുരത്തിൽ സാധാരണ 16 കള്ളികളും 16 സംഖ്യകളും ഉണ്ടായിരിക്കും. വരിയിലും നിരയിലും കോണോടുകോണുമുള്ള സംഖ്യകളുടെ തുക തുല്യമായിരിക്കും.

ചില പ്രത്യേക ഇനം മാന്ത്രിക ചതുരത്തിന് ഇങ്ങനെ 16 കള്ളികളും 16 സംഖ്യകളും ഉണ്ടാവണമെന്നില്ല. താഴെ കൊടുത്തിരിക്കുന്ന ചതുരം ശ്രദ്ധിക്കുക. നാലു മൂലകളിൽ 1, 2, 3, 4 എന്നീ സംഖ്യകൾ ചേർത്തിരിക്കുന്നു. ഇനി 5 മുതൽ 12 വരെ സംഖ്യകൾ മറ്റു കള്ളികളിൽ പൂരിപ്പിക്കുക. വരിയിലും നിരയിലുമുള്ള സംഖ്യകളുടെ തുക തുല്യമായിരിക്കണം. ശ്രമിച്ചു നോക്കൂ.

1			2
4			3

ഉത്തരം: 2 ഉത്തരങ്ങൾ താഴെ കൊടുക്കുന്നു

1	7	12	2
11			8
6			9
4	10	5	3

1	12	7	2
8			6
9			11
4	5	10	3

സംഖ്യകൾ സൂചിപ്പിക്കാൻ കൈകൾ

പ്രാചീനമനുഷ്യൻ സംഖ്യകൾ രേഖപ്പെടുത്താൻ കമ്പുകളും കല്ലുകളും ചരടിലുള്ള കെട്ടുകളും ഉപയോഗിച്ചിരുന്നുവല്ലോ. കമ്പുകളും കല്ലുകളും എല്ലായിടത്തും ലഭ്യമല്ല എന്നതാണ് ഇവയുടെ പ്രധാന ന്യൂനത. മനുഷ്യന് എല്ലായിടത്തും എപ്പോഴും ലഭ്യമാകുന്നത് അവന്റെ കൈകളാണ്. മാത്രമല്ല ശരീരം തന്നെ എപ്പോഴും ലഭ്യം. അപ്പോൾ ശരീരത്തിന്റെ വിവിധഭാഗങ്ങൾ ഉപയോഗിച്ച് സംഖ്യകൾ രേഖപ്പെടുത്തുന്നത് വളരെ സൗകര്യമാണെന്ന് അവൻ കണക്കാക്കി. ആദിമനുഷ്യൻ തൊട്ട് ആധുനിക മനുഷ്യൻ വരെ സംഖ്യകൾ എണ്ണാൻ കൈവിരലുകൾ ഉപയോഗിക്കുന്നുണ്ടല്ലോ. അക്കങ്ങളെ സൂചിപ്പിക്കാൻ ഉപയോഗിക്കുന്ന ഡിജിറ്റ് (digit) എന്ന വാക്കിന് വിരൽ എന്ന അർത്ഥം തന്നെയുണ്ടല്ലോ.

RIGHT HAND

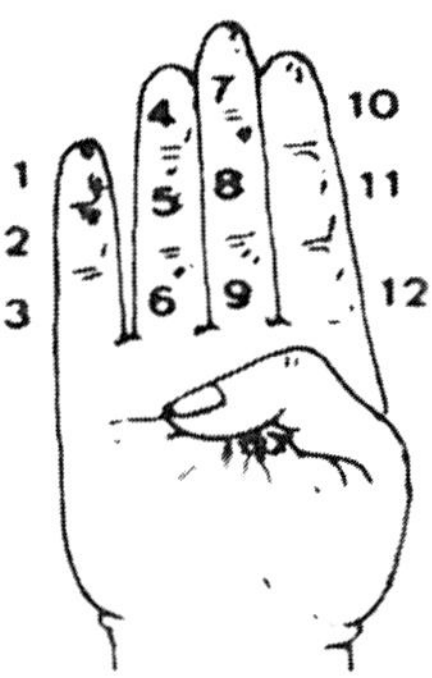

ചിത്രം 1

നാമെല്ലാം കൈവിരലുകൾ എണ്ണുന്നതിന് മാത്രമല്ല സംഖ്യകളെ സൂചിപ്പിക്കാനും ഉപയോഗിക്കുന്നുണ്ടല്ലോ. ഒന്നിനെ സൂചിപ്പിക്കാൻ ഒരു വിരൽ നിവർത്തി (മറ്റു വിരലുകൾ മടക്കി) കാണിക്കും. രണ്ടിനെ സൂചിപ്പിക്കാൻ രണ്ടു വിരൽ നിവർത്തി കാണിക്കും. ഇങ്ങനെ അഞ്ചിനെ സൂചിപ്പിക്കാൻ അഞ്ച് വിരൽ നിവർത്തിക്കാണിച്ചതാണ് അഞ്ചിനുള്ള റോമൻ ചിഹ്നമായ V രൂപപ്പെട്ടത്.

പുരാതനസുമേറിയൻ ജനങ്ങൾ സംഖ്യകളെ സൂചിപ്പിക്കാൻ ഒരു പ്രത്യേകരീതി ഉപയോഗിച്ചിരുന്നു. നമ്മുടെ കൈവിരലുകളിൽ നാലെണ്ണത്തിന് (പെരുവിരൽ ഒഴികെ) മൂന്ന് ഭാഗങ്ങളുണ്ടല്ലോ. ഇവ രേഖകൾ ഉപയോഗിച്ച് പ്രത്യേകം വേർതിരിച്ചിരിക്കും. ഈ ഓരോ ഭാഗവും ഓരോ സംഖ്യയെ സൂചിപ്പിക്കുന്നതാണ് അവരുടെ രീതി. ഇങ്ങനെ വ്യത്യസ്ത സംഖ്യകൾ സൂചിപ്പിക്കാൻ വലത് കൈകൾ മാത്രമാണ് അവർ

ഉപയോഗിച്ചിരുന്നത്. ചെറുവിരലിന്റെ മുകളറ്റം മുതലാണ് സംഖ്യകൾ ആരംഭിച്ചിരുന്നത്. ഏറ്റവും മുകളിൽ 1 എന്ന അക്കം, അതിന് താഴെ 2, അതിന് താഴെ 3. അപ്പോൾ ചെറിയ വിരൽ 1, 2, 3 എന്നിങ്ങനെ മൂന്ന് സംഖ്യകളെ സൂചിപ്പിക്കാൻ ഉപയോഗിച്ചിരുന്നു. വിരലുകളുടെ ഓരോ ഭാഗവും ഏതേത് സംഖ്യകളെ സൂചിപ്പിച്ചിരുന്നുവെന്ന് ചിത്രം (1)ൽനിന്ന് മനസ്സിലാക്കാം.

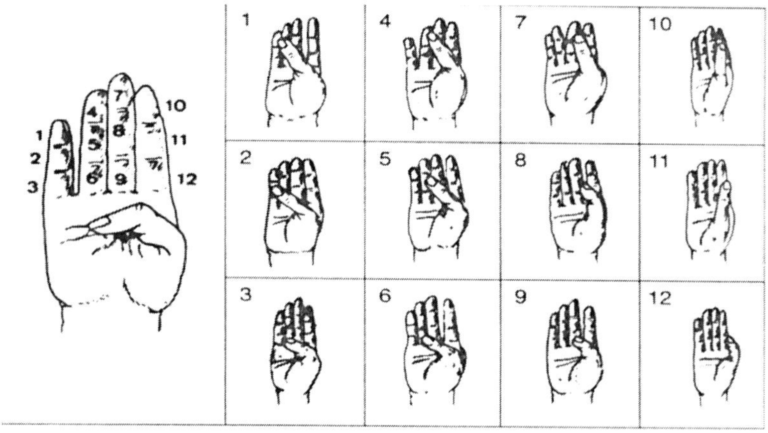

ചിത്രം 2

വിരലിന്റെ ഏത് ഭാഗമാണ് സൂചിപ്പിക്കുന്നത് എന്ന് സൂചിപ്പിക്കാൻ അതേ കൈയിലെ പെരുവിരലാണ് ഉപയോഗിക്കുന്നത്. എല്ലാവിരലും നിവർത്തിയശേഷം പെരുവിരലഗ്രം കൊണ്ട് ഉദ്ദേശിക്കുന്ന ഭാഗം സ്പർശിക്കുന്നു. ഉദാഹരണമായി 8നെ സൂചിപ്പിക്കാൻ മധ്യവിരലിന്റെ മധ്യഭാഗത്തെ പെരുവിരലഗ്രംകൊണ്ട് സ്പർശിക്കുന്നു. ഇങ്ങനെ ഓരോ സംഖ്യയും സൂചിപ്പിക്കുന്ന വിധം ചിത്രം (2)ൽ നിന്ന് മനസ്സിലാക്കാം.

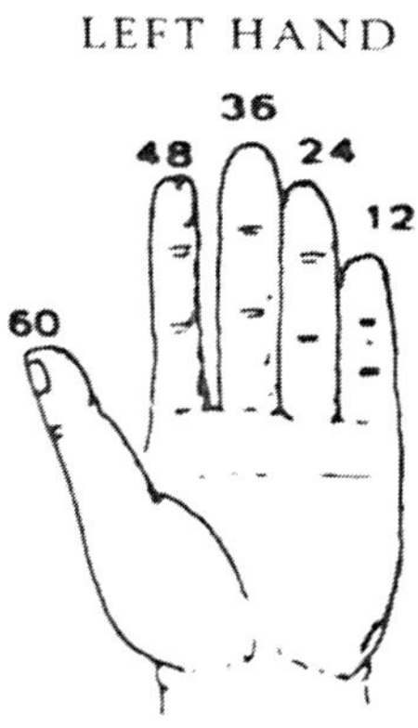

ചിത്രം 3

ഇങ്ങനെ വലത് കൈവിരലുകൾ ഉപയോഗിച്ച് 1 മുതൽ 12 വരെയുള്ള സംഖ്യകൾ സൂചിപ്പിക്കാമല്ലോ. ഈ 12 അടിസ്ഥാനമാക്കിയാണ് ഇടത് കൈവിരലുകൾ ഉപയോഗിക്കുന്നത്. അതായത് ഇടത് കൈയിലെ വിരലുകൾ ഓരോന്നും 12നെ സൂചിപ്പിക്കുന്നു. ഇവിടെയും ആദ്യം

ഉപയോഗിക്കുന്നത് ചെറുവിരൽ തന്നെ. അപ്പോൾ ഇടതുകൈയ്യിലെ ചെറുവിരൽ 12നെ സൂചിപ്പിക്കുന്നു. അടുത്ത വിരൽ 24 എന്നിങ്ങനെ തുടരും. ചിത്രം (3) കാണുക. ഇങ്ങനെ 60 വരെയുള്ള സംഖ്യകളെ രണ്ട് കൈകളിലെയും വിരലുകൾ ഉപയോഗിച്ച് സൂചിപ്പിക്കാം. ഇങ്ങനെയാണ് 60 അധിഷ്ഠാനമായുള്ള സെക്സാജെസിമൽ സംഖ്യാസമ്പ്രദായം (Sexagesimal number system) രൂപപ്പെട്ടത് എന്ന് വിശ്വസിക്കപ്പെടുന്നു. ഗണിത ശാസ്ത്രചരിത്രത്തിൽ 60ന് വളരെ പ്രാധാന്യമുണ്ട്. 60 സെക്കന്റ് = ഒരു മിനിറ്റ്, 60 മിനിറ്റ് = ഒരു മണിക്കൂർ എന്നിവ സമയത്തിലും 60 സെക്കന്റ് = ഒരു മിനിറ്റ്, 60 മിനിറ്റ് = ഒരു ഡിഗ്രി എന്ന് കോണളവിലും ഉപയോഗിക്കുന്നുണ്ട്.

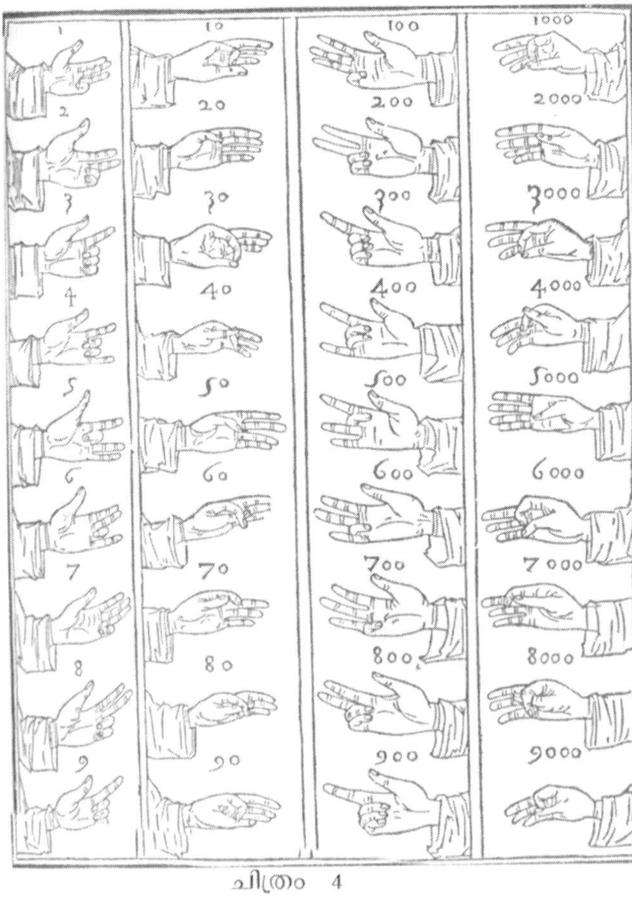

ചിത്രം 4

സുമേറിയൻ ജനത മാത്രമല്ല ലോകത്തിന്റെ എല്ലാ ഭാഗത്തുമുള്ള ജനങ്ങളും സംഖ്യകളെ സൂചിപ്പിക്കാൻ കൈവിരലുകൾ ഉപയോഗിച്ചിരുന്നു. പുരാതനകാലത്ത് എഴുതാനുള്ള സാമഗ്രികൾ കുറവായതിനാലും എപ്പോഴും ലഭ്യമായതുമായതിനാൽ കൈവിരലുകൾ സംഖ്യകളെ സൂചിപ്പിക്കുന്നതിന് ഏറ്റവും വ്യാപകമായി ഉപയോഗിച്ചിരുന്നു. കൈവിരലുകൾ കൊണ്ട് സംഖ്യകളെ സൂചിപ്പിക്കുന്നത് ഒരു പരിധി വരെ ഭാഷാവിമുക്തമാണെന്ന് പറയാം. വിവിധഭാഷക്കാർ തമ്മിൽ കച്ചവടസ്ഥാപനത്തിലും മറ്റും സംഖ്യകൾ കൈകാര്യം ചെയ്യുന്നത് കൈവിരൽ രീതി വളരെ സഹായകമായിരുന്നു.

പുരാതന റോമിലെ ന്യൂമ രാജാവ് (King Numa) രണ്ട് മുഖമുള്ള ജാനസിന്റെ ഒരു പ്രതിമ നിർമ്മിച്ചതായും ഈ പ്രതിമയുടെ കൈവിരലുകൾ ഒരു വർഷത്തിലെ ദിവസങ്ങളുടെ എണ്ണം സൂചിപ്പിച്ചിരുന്നതായും പിനി എന്ന ചരിത്രപണ്ഡിതൻ രേഖപ്പെടുത്തിയിട്ടുണ്ട്. എതിർദിശകളിലായി രണ്ട് മുഖമുള്ള ജാനസാണ് ജനുവരി എന്ന മാസത്തിന്റ പേര് വരാൻ കാരണമായത്. പ്രസിദ്ധ ഗണിതശാസ്ത്രജ്ഞൻ പസിയോളി 1494ൽ പ്രസിദ്ധീകരിച്ച സുമ (Suma) എന്ന ഗ്രന്ഥത്തിൽ കൈവിരലുകൾ ഉപയോഗിച്ച് 1 മുതൽ 9000 വരെയുള്ള സംഖ്യകൾ രേഖപ്പെടുത്തിയിരുന്നുവെന്ന് വിശദീകരിച്ചിട്ടുണ്ട്. (ചിത്രം 4 കാണുക)

പുരാതന റോമിന്റെ തെക്ക് കിഴക്കൻ പ്രദേശത്തെ ജനങ്ങൾ രണ്ടു കൈകളുമുപയോഗിച്ച് 1 മുതൽ 999 വരെയുള്ള സംഖ്യകൾ സൂചിപ്പിച്ചിരുന്നതായി പ്രസിദ്ധ ഇംഗ്ലീഷ് ഗണിതശാസ്ത്രജ്ഞൻ ബഹുമാനപ്പെട്ട ബെഡെ (monk Bede - The Venerable) തന്റെ ദ റേഷ്യനെ ടെമ്പോറം (De ratione temporum) എന്ന ഗ്രന്ഥത്തിലെ വിരലുകൾ കൊണ്ട് സംസാരിക്കുകയും എണ്ണുകയും (De computo vel loquela digitorum - Counting and talking with fingers) എന്ന അദ്ധ്യായത്തിൽ വിവരിച്ചിട്ടുണ്ട്. ഇതു പ്രകാരം സംഖ്യകൾ സൂചിപ്പിക്കുന്ന ചിത്രം (ചിത്രം 5) താഴെ കൊടുക്കുന്നു.

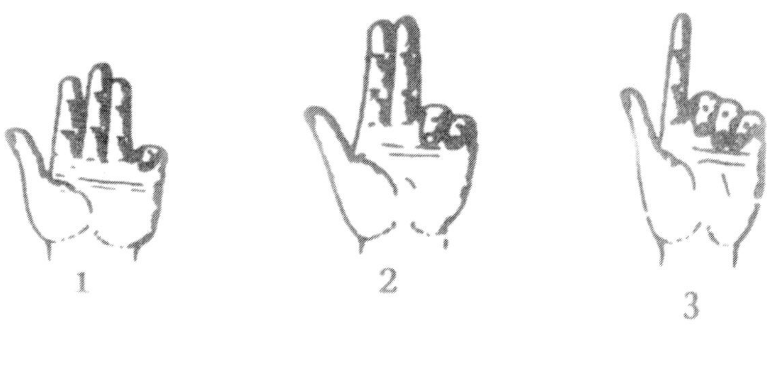

4

5

6

7

8

9

10

20

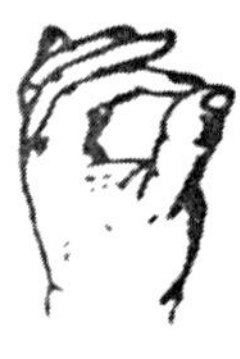
30

40

50

60

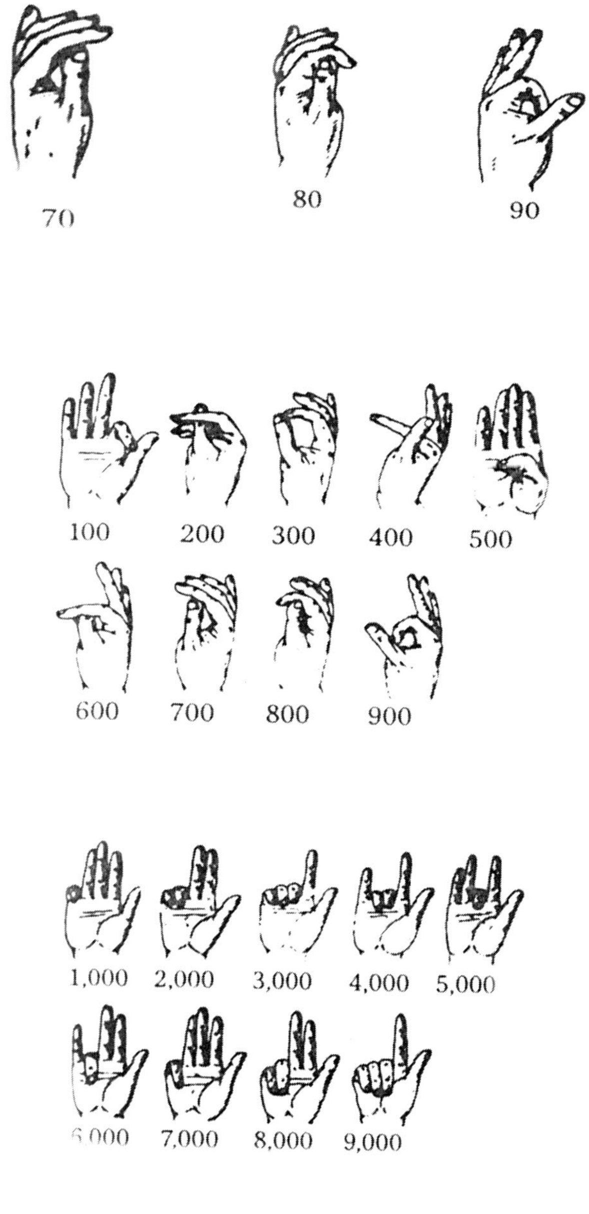
70
80
90
100
200
300
400
500
600
700
800
900
1,000
2,000
3,000
4,000
5,000
6,000
7,000
8,000
9,000

ചിത്രം 5

ചില പ്രദേശങ്ങളിൽ വലത് കൈക്ക് പകരം ഇടത് കൈയ്യും ഉപയോഗിക്കാറുണ്ട്. മാത്രമല്ല കൈകൾ പ്രത്യേകസ്ഥാനത്ത് വെച്ച് കൊണ്ട് വലിയ സംഖ്യകളെ രേഖപ്പെടുത്താറുണ്ട്.

മനുഷ്യന്റെ കൈകൾ മാത്രമല്ല മറ്റ് അവയവങ്ങളും സംഖ്യകളെ സൂചിപ്പിക്കാൻ പ്രാചീനകാലത്ത് ഉപയോഗിച്ചിരുന്നു. താഴെ കൊടുത്തിരിക്കുന്ന ചിത്രം (ചിത്രം 6) ശ്രദ്ധിക്കുക.

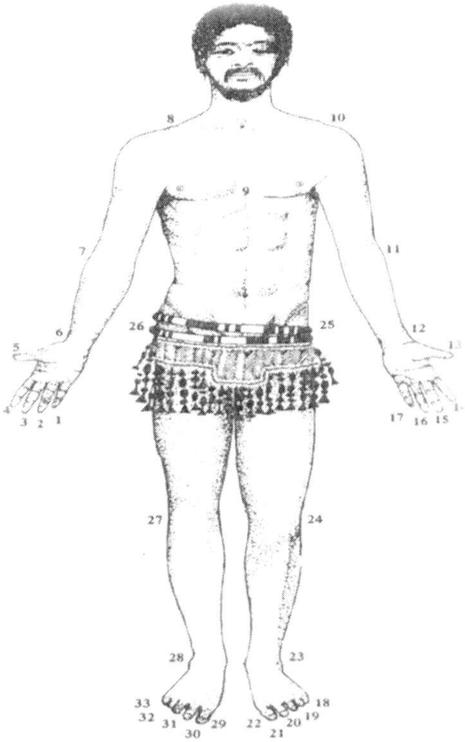

ചിത്രം 6

ഇതു പ്രകാരം ഓരോ സംഖ്യയെയും സൂചിപ്പിക്കുന്ന ശരീരത്തിന്റെ അവയവങ്ങൾ താഴെ കൊടുക്കുന്നു.

1. വലത്തെ കൈയ്യുടെ ചെറുവിരൽ
2. വലത്തെ കൈയ്യുടെ മോതിരവിരൽ
3. വലതു കൈയുടെ നടുവിരൽ
4. വലതുകൈയുടെ ചൂണ്ടുവിരൽ

5. വലതുകൈയുടെ പെരുവിരൽ
6. വലത്തെ മണിബന്ധം.
7. വലത്തെ കൈമുട്ട്.
8. വലത്തെ ചുമൽ.
9. നെഞ്ചിന്റെ മദ്ധ്യഭാഗം.
10. ഇടത്തെ ചുമൽ.
11. ഇടത്തെ കൈമുട്ട്.
12. ഇടത്തെ മണിബന്ധം.
13. ഇടത്തെ പെരുവിരൽ.
14. ഇടത്തെ ചൂണ്ടുവിരൽ.
15. ,, മദ്ധ്യവിരൽ.
16. ,, മോതിരവിരൽ.
17. ,, ചെറുവിരൽ.
18. ,, കാലിന്റെ ചെറുവിരൽ.
19. ,, അടുത്ത വിരൽ.
20. ,, അടുത്ത വിരൽ.
21. ,, അടുത്ത വിരൽ.
22. ,, പെരുവിരൽ.
23. ,, നെരിയാണി.
24. ,, കാൽമുട്ട്.
25. ,, അരക്കെട്ട്.
26. വലത്തെ അരക്കെട്ട്.
27. വലത്തെ കാൽമുട്ട്.
28. ,, നെരിയാണി.
29. ,, കാലിന്റെ പെരുവിരൽ.
30. ,, അടുത്തവിരൽ
31. ,, അടുത്തവിരൽ
32. ,, അടുത്തവിരൽ
33. ,, ചെറുവിരൽ

മാന്ത്രികചതുരവും അന്ധവിശ്വാസങ്ങളും

സംഖ്യകളെ പ്രത്യേകരീതിയിൽ വരിയും നിരയുമായി ചതുരാകൃതിയിൽ ക്രമീകരിച്ചിരിക്കുന്നവയാണ് മാന്ത്രിക ചതുരങ്ങൾ (Magic Squares). വരിയിലെയും നിരയിലെയും കോണോടുകോണുമുള്ള സംഖ്യകളുടെ തുക തുല്യമായിരിക്കണം. വരിയുടെയും നിരയുടെയും എണ്ണം തുല്യമായിരിക്കണം. സാധാരണയായി തുടർച്ചയായ സംഖ്യകളാണ് ഉപയോഗിക്കാറുള്ളത്. സംഖ്യകൾ ആവർത്തിക്കാറില്ല. മൂന്ന് വരിയും മൂന്ന് നിരയുമുള്ള ഒരു മാന്ത്രിക ചതുരം താഴെ കൊടുക്കുന്നു.

4	9	2
3	5	7
8	1	6

ഇന്ത്യയിലും ചൈനയിലുമാണ് മാന്ത്രിക ചതുരങ്ങൾ ആരംഭിച്ചിട്ടുള്ളത്. മൂന്ന് വരിയും മൂന്ന് നിരയുമുള്ള ഒരു മാന്ത്രിക ചതുരം ക്രിസ്തുവിനു മുമ്പ് 2200ൽ ചൈനയിൽ കണ്ടെത്തിയതായി തെളിവ് ലഭിച്ചിട്ടുണ്ട്. അക്കാലത്ത് ചൈന ഭരിച്ചിരുന്ന യു ചക്രവർത്തി ഒരു ദിവസം മഞ്ഞനദിക്കരയിലൂടെ ഉലാത്തുമ്പോൾ വിശേഷപ്പെട്ട ഒരു ആമയെ കാണാനിടയായി. ആമയുടെ പുറംതോടിൽ നിറമുള്ള കുറേ കുത്തു (dots)കൾ അദ്ദേഹത്തിന്റെ ശ്രദ്ധയിൽപ്പെട്ടു. വരിയിലും നിരയിലും കോണോടുകോണുമുള്ള കുത്തുകളുടെ എണ്ണം തുല്യമായിരുന്നു. ഈ അപൂർവമായ ആമ കൊട്ടാരത്തിലേക്ക് ആനയിക്കപ്പെട്ടു. ആമയ്ക്ക് പിന്നീട് വി.ഐ.പി. പരിഗണനയാണ് ലഭിച്ചത്. ചക്രവർത്തിക്ക്

അപൂർവമായ ആമയെ കിട്ടിയ വിവരം നാടെങ്ങും പ്രചരിച്ചു. കേട്ടവർ കേട്ടവർ ആമയെ സന്ദർശിക്കാനെത്തി. അങ്ങനെ ചരിത്രത്തിലെ ഏറ്റവും മുഖ്യനായ ആമ എന്ന ബഹുമതി നമ്മുടെ കഥാനായകന് ലഭിച്ചു. രാജാക്കന്മാരും ഗണിതശാസ്ത്രജ്ഞന്മാരും വിദേശ അതിഥികളുമാണ് ആമയെ സന്ദർശിക്കാനെത്തിയിരുന്നത്.

ആമയുടെ പുറംതോടിൽ കാണപ്പെട്ട കുത്തുകൾ ഏതാണ്ട് താഴെ കൊടുത്തരീതിയിലായിരുന്നു.

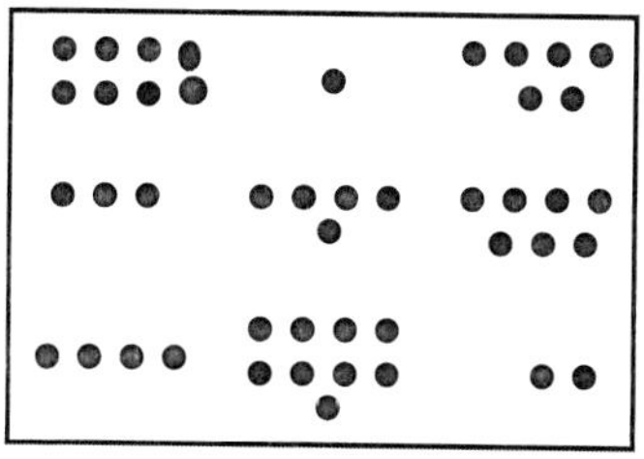

ആമയുടെ പുറം തോടിലുള്ള കുത്തുകളുടെ ക്രമീകരണം ചൈനീസ് ഭാഷയിലുള്ള ഒന്നു മുതൽ ഒമ്പത് വരെയുള്ള അക്കങ്ങൾ ഉപയോഗിച്ച് താഴെ കൊടുത്തിരിക്കുന്ന രീതിയിൽ ക്രമീകരിക്കപ്പെട്ടു.

肆	玖	貳
叁	伍	柒
捌	壹	陸

ഒന്നു മുതൽ ഒമ്പത് വരെയുള്ള അക്കങ്ങൾ ഉപയോഗിച്ചുള്ള ഈ ക്രമീകരണം ലോഷു എന്നറിയപ്പെടാൻ തുടങ്ങി. ലോഷു മുഖേനയുള്ള ആമയുടെ സൗഭാഗ്യം ജനങ്ങളിൽ ചർച്ചാവിഷയമായി. ലോഷു ആമയ്ക്ക് ഭാഗ്യമുണ്ടാക്കിയതുപോലെ, ലോഷു നിർമ്മിച്ച് ധരിക്കുന്നവർക്കും വലിയ ഭാഗ്യം വരുമെന്ന് ജനങ്ങളിൽ വിശ്വാസമുണ്ടായി. അങ്ങനെ മാന്ത്രിക ചതുരത്തിൽ മാന്ത്രികത ആരംഭിച്ചു. ഇന്നത്തെപ്പോലെ മാന്ത്രികചതുരത്തിലെ സംഖ്യകളുടെ പ്രത്യേകതകളല്ല. മാന്ത്രികസ്വഭാവമുണ്ട് എന്ന

വിശ്വാസം തന്നെയായിരുന്നു ഇവ മാന്ത്രികചതുരം എന്ന് അറിയപ്പെടാനിടയാക്കിയത്.

ആമയുടെ പുറംതോടിൽ കണ്ടെത്തിയ കുത്തുകൾ താഴെ കൊടുത്തിരിക്കുന്ന രീതിയിൽ ക്രമീകരിച്ചാണ് ചൈനയിൽ ലോഷു നിർമ്മിക്കപ്പെട്ടത്.

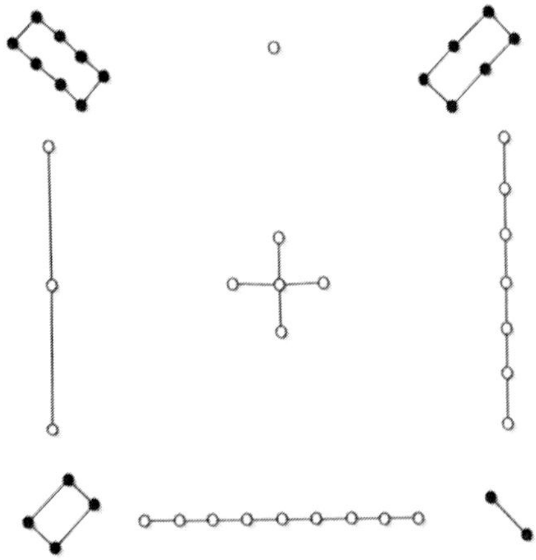

ലോഷു

ഇതിൽ ഇരട്ട സംഖ്യകൾ സ്ത്രീ സംഖ്യകളായും ഒറ്റ സംഖ്യകൾ പുരുഷസംഖ്യകളുമായാണ് സങ്കൽപിച്ചിരുന്നത്. ഇവ വേർതിരിച്ചറിയാൻ, ഇരട്ടസംഖ്യകൾക്ക് കറുത്ത കുത്താണ് ഉപയോഗിച്ചിരുന്നത്. മധ്യത്തിലുള്ള അഞ്ച് ഭൂമിയെ പ്രതിനിധീകരിക്കുന്നു എന്ന് വിശ്വസിക്കപ്പെട്ട അഞ്ചിന് ചുറ്റും കാണുന്ന നാല്, ഒമ്പത് എന്നിവ ലോഹത്തെയും രണ്ട്, ഏഴ് എന്നിവ അഗ്നിയെയും ഒന്ന് ആറ് എന്നിവ ജലത്തേയും മൂന്ന്, എട്ട് എന്നിവ വൃക്ഷത്തെയും സൂചിപ്പിക്കുന്നു എന്നും വിശ്വസിക്കാൻ തുടങ്ങി.

4 ലോഹം	9 ലോഹം	2 അഗ്നി
3 വൃക്ഷം	5	7 അഗ്നി
8 വൃക്ഷം	1 ജലം	6 ജലം

ഔഷധങ്ങൾ സൂക്ഷിച്ചിട്ടുള്ള പാത്രങ്ങളുടെ പുറത്ത് ലോഷു വരച്ചു വെച്ചാൽ ഔഷധങ്ങൾക്ക് കൂടുതൽ ശക്തിയുണ്ടാവും എന്ന് വിശ്വസിക്കപ്പെട്ടു. യുദ്ധത്തിന് പോകുന്ന പോരാളികളുടെ ആയുധങ്ങളിൽ ലോഷു വരച്ചാൽ അവർക്ക് മുറിവേൽക്കില്ലത്രെ. ഗർഭിണികൾക്ക് സുഖ പ്രസവത്തിന് ശരീരത്തിൽ ലോഷു വരച്ചിരുന്നതായും ചരിത്രകാരന്മാർ രേഖപ്പെടുത്തിയിരിക്കുന്നു.

ഒരു താണതരം ലോഹത്തെ മാന്ത്രികചതുരം ഉപയോഗിച്ച് സ്വർണ്ണമാക്കി മാറ്റാൻ സാധിക്കുമെന്ന് ഗെബർ (Geber) എന്ന ആൽക്കെമിസ്റ്റ് വിശ്വസിച്ചിരുന്നു. ലോഷുവിലെ അഞ്ചിനുചുറ്റുമുള്ള സംഖ്യകളെ വിവിധ രീതിയിൽ ക്രമീകരിച്ച് അഗ്നിചതുരവും (Fire Square) ഭൗമചതുരവും (Earth Square) നിർമ്മിച്ചിരുന്നു (ചിത്രം കാണുക)

6	1	8
7	5	3
2	9	4

അഗ്നിചതുരം

2	7	6
9	5	1
4	3	8

ഭൗമചതുരം

ഒരു വൈദികനും ഭിഷഗ്വരനും ജ്യോതിഷിയുമായിരുന്ന കോർണീലിയസ് അഗ്രിപ്പ (Cornelius Agrippa, 1486-1535) 3,4,5,6,7,8,9 എന്നീ എണ്ണം വരികളുള്ള മാന്ത്രികചതുരങ്ങൾ അക്കാലത്ത് കണ്ടെത്തിയിരുന്ന ഏഴ് 'ഗ്രഹങ്ങളെ' പ്രതിനിധീകരിച്ച് നിർമ്മിച്ചിരുന്നു. ഇവ യഥാക്രമം ശനി, വ്യാഴം, ചൊവ്വ, സൂര്യൻ, ശുക്രൻ, ബുധൻ, ചന്ദ്രൻ എന്നിവയെയാണ് പ്രതിനിധീകരിച്ചിരുന്നത്. ഒന്ന് എന്ന സംഖ്യ മാത്രം ഉൾക്കൊള്ളുന്ന മാന്ത്രികചതുരം ദൈവത്തിന്റെ നിത്യമായ പൂർണ്ണതയെയാണ് സൂചിപ്പിക്കുന്നതെന്ന് അഗ്രിപ്പ വിശ്വസിച്ചിരുന്നു.

1

ദൈവത്തിന്റെ മാന്ത്രികചതുരം

വായു, ഭൂമി, അഗ്നി, ജലം എന്നീ നാല് ഘടകങ്ങൾ ഉൾപ്പെടുന്നതാകയാൽ രണ്ട് വരിയും രണ്ട് നിരയുമുള്ള മാന്ത്രികചതുരങ്ങൾ ഒരിക്കലും നിർമ്മിക്കാൻ പാടില്ലെന്നും അദ്ദേഹം വിശ്വസിച്ചിരുന്നു. രണ്ട് വരിയും രണ്ട് നിരയുമുള്ള മാന്ത്രികചതുരത്തിന്റെ അഭാവം മനുഷ്യന്റ യഥാർത്ഥ പാപത്തിന് വഴിവെച്ചു എന്ന് മറ്റു ചിലരും വിശ്വസിച്ചിരുന്നു.

നാല് വരിയും നാല് നിരയുമുള്ള മാന്ത്രികചതുരം വ്യാഴത്തെ യാണല്ലോ സൂചിപ്പിക്കുന്നത്. വെള്ളിലോഹത്തകിടിൽ ഈ മാന്ത്രിക ചതുരം ആലേഖനം ചെയ്ത് ധരിക്കുന്നവന് വ്യാഴദശാകാലത്ത് ധാരാളം സമ്പത്തും യശസ്സും സമാധാനവും കൈവരുമെന്ന വിശ്വാസം ഒരു കാലത്ത് ജനങ്ങളിലുണ്ടായിരുന്നു. ഇരുമ്പ് ലോഹത്തിലോ വാളിലോ ഈ മാന്ത്രികചതുരം ആലേഖനം ചെയ്താൽ, പ്രത്യേകിച്ചും വ്യാഴദശാ കാലത്ത്, ശത്രുക്കളിൽനിന്ന് മുറിവ് ഏൽക്കില്ലത്രെ. അഞ്ച് വരിയും അഞ്ച് നിരയുമുള്ള (തുക 65) മാന്ത്രികചതുരം ധരിച്ചാൽ ചൊവ്വദശാ കാലത്ത് വ്യവഹാരങ്ങളിൽ വിജയവും ശത്രുനാശവും സംഭവിക്കും. മാന്ത്രിക ചതുരങ്ങൾ വരച്ചുചേർത്ത ഷർട്ടുകൾ ധരിക്കുന്ന യോദ്ധാ ക്കൾക്ക് ഒരിക്കലും വെട്ടേൽക്കാൻ സാദ്ധ്യതയില്ലെന്ന് ടർക്കിയിലെയും ഇന്ത്യയിലെയും ജനങ്ങൾ ഒരു കാലത്ത് വിശ്വസിച്ചിരുന്നു. സംഖ്യ കളുടെ രഹസ്യം (The mystery of Numbers) എന്ന തന്റെ ഗ്രന്ഥത്തിൽ അന്നെമേരി ഷിമ്മെൽ (Annemarie Schimmel) പറയുന്നത് ഇത്തരം ഷർട്ടുകൾ നാൽപത് നിഷ്കളങ്കരായ കന്യകമാർ നിർമ്മിച്ചിരിക്കണമെ ന്നാണ്.

നാല് വരിയും നാല് നിരയുമുള്ള ആദ്യത്തെ മാന്ത്രികചതുരം കാണ പ്പെടുന്നത് ഇന്ത്യയിലാണ്. ഖജുരാഹോയിലെ കവാടത്തിൽ കാണപ്പെട്ട ഈ മാന്ത്രികചതുരത്തിലെ സംഖ്യകളുടെ ക്രമീകരണം താഴെ കൊടു ക്കുന്നു.

7	12	1	14
2	13	8	11
16	3	10	5
9	6	15	4

ഇതിലെ ഓരോ വരിയിലെയും നിരയിലെയും കോണോടുകോണു മുള്ള സംഖ്യകളുടെ തുക 34 ആണെന്ന് മാത്രമല്ല ധാരാളം രീതികളിൽ തുക 34 ആകുന്നതായി കാണാം. വിവിധ മാന്ത്രികചതുരങ്ങളുമായി ബന്ധപ്പെട്ടും ഇന്ത്യയിലും അന്ധവിശ്വാസങ്ങൾ നിലനിന്നിരുന്നു. ചില മാന്ത്രിക ചതുരങ്ങൾ ദൈവത്തിന്റെ പ്രതീകമായി പരിഗണിക്കപ്പെട്ടിരുന്നു. സംഖ്യാശാസ്ത്രമാന്ത്രികം (Numerology Magic) എഴുതിയ റിച്ചാർഡ് വെബ്സ്റ്റർ (Richard Webster) തന്റെ ഗ്രന്ഥത്തിൽ പറഞ്ഞിട്ടുള്ളത് ഇന്ത്യ യിലെ ചില ജനങ്ങൾ ജീവിതാഭിലാഷങ്ങൾ സാധ്യമാക്കാൻ മാന്ത്രിക ചതുരങ്ങൾ നിർമ്മിച്ചിരുന്നു എന്നാണ്. മാന്ത്രികചതുരനിർമ്മിതിയി ലൂടെ ജീവശക്തി (life-force)യുമായി നേരിട്ട് ബന്ധപ്പെടാൻ ചിലർക്ക്

സാധിച്ചിരുന്നുവത്രെ. ഇതുവഴി പ്രസവവേദന ഇല്ലാതാക്കാനും, രോഗ ശാന്തി നേടാനും, ശത്രുപീഡകളിൽനിന്ന് രക്ഷ നേടാനും ശ്രമിച്ചിരുന്നു. താഴെ കൊടുത്തിരിക്കുന്ന മാന്ത്രികചതുരം ചൈനാപ്ലേറ്റിൽ വരച്ച് വെള്ളം കുടിച്ചുകൊണ്ട് മായ്ച്ച് കളഞ്ഞാൽ നല്ല ഭർത്താക്കന്മാരെ ലഭിക്കുമത്രെ.

24,762	24,768	24,771	25,320
24,770	24,758	24,763	25,341
24,759	24,773	24,766	25,325
24,767	24,761	24,760	25,334

നല്ല ഭർത്താക്കന്മാരെ ലഭിക്കുന്നതിനുള്ള മാന്ത്രികചതുരം അഷ്ട ഗന്ധം എന്ന പ്രത്യേക മഷികൊണ്ട് വരച്ചാൽ കൂടുതൽ ഗുണം ലഭിക്കു മെന്നും വിശ്വസിച്ചിരുന്നു. വിവിധ ഔഷധങ്ങൾ ചേർത്ത് നിർമ്മിച്ച അഷ്ടഗന്ധത്തിന്റെ ഒരു ചേരുവ ഗംഗാജലമാണ്.

മൂന്ന് വരിയും മൂന്ന് നിരയുമുള്ള ലോഷു പോലുള്ള ഒരു മാന്ത്രിക ചതുരം കാണാതായവരെ കണ്ടെത്താൻ ഇന്ത്യയിൽ ഉപയോഗിച്ചിരുന്നു വത്രെ. ഒരു മരത്തിൽ ഈ മാന്ത്രികചതുരം വരച്ച് കെട്ടിത്തൂക്കിയാൽ വീടു വിട്ടിറങ്ങിയ ആൾ തിരിച്ചുവരും! ഭാര്യാഭർത്താക്കന്മാർ തമ്മിൽ കൂടുതൽ സ്നേഹമുണ്ടാക്കാനും അകന്നു കഴിയുന്നവരെ ഒന്നിപ്പി ക്കാനും ഭാരതത്തിൽ മാന്ത്രികചതുരങ്ങൾ ഉപയോഗിച്ചിരുന്നു. ബുധ നാഴ്ചയോ വെള്ളിയാഴ്ചയോ ആണ് ഇത്തരം മാന്ത്രികചതുരങ്ങൾ നിർമ്മിക്കേണ്ടത്.

കേരളത്തിൽ മാന്ത്രികാവശ്യത്തിന് ഉപയോഗിച്ചിരുന്ന മാന്ത്രികചതുര ങ്ങളിൽ അക്കങ്ങൾ കൂടാതെ അക്ഷരങ്ങളും ഉപയോഗിച്ചിരുന്നു. ഇവ അക്കപ്പെടങ്ങൾ എന്നാണ് വിളിച്ചിരുന്നത്. ശത്രുക്കളെ ജയിക്കാനും രോഗം മാറ്റാനും ഭൂതപ്രേതപിശാചുക്കളെ അകറ്റാനും അക്കപ്പെടങ്ങൾ ഉപയോ ഗിച്ചിരുന്നു. വയലുകളിലെ വിളവുകൾ നശിപ്പിക്കുന്ന വന്യജീവികളെ അകറ്റാനും ചാഴിബാധ തടയാനും പുഴുക്കേട് ഏൽക്കാതിരിക്കാനും അക്കപ്പെടങ്ങൾ വരച്ച് വയലിൽ തൂക്കിയിടാറുണ്ടായിരുന്നു.

വരിയും നിരയുമായി അക്ഷരങ്ങൾ മാത്രം ഉപയോഗിച്ചിട്ടുള്ള ടെംപ്ളാർ മാന്ത്രികചതുരം (Templar Magic Squares) താഴെ കൊടുക്കുന്നു.

S	A	T	O	R
A	R	E	P	O
T	E	N	E	T
O	P	E	R	A
R	O	T	A	S

'Santor Arepo tenet opera rotas' എന്നീ ലാറ്റിൻ വാക്കുകൾ 'അറേപോ എന്ന കർഷകൻ ഭൂമി കറക്കിക്കൊണ്ടിരിക്കുന്നു' എന്ന് വ്യാഖ്യാനിച്ചു. ഒന്നാം നൂറ്റാണ്ടിൽ ഇറ്റലിയിലെ പോംപീ (Pompeii) യിൽ നിർമ്മിക്കപ്പെട്ട ഈ മാന്ത്രികചതുരം പത്തൊമ്പതാം നൂറ്റാണ്ടുവരെ യൂറോപ്യൻ രാജ്യങ്ങളിലും അമേരിക്കയിലും അഗ്നിബാധ, രോഗബാധ, മാരക വിപത്തുക്കൾ എന്നിവയിൽ നിന്നുള്ള സംരക്ഷണത്തിന് ഉപയോഗിച്ചിരുന്നു. മധ്യകാലത്ത് റോമിൽ ഈ മാന്ത്രികചതുരം വീട്ടുപകരണങ്ങളായും വെള്ളം കുടിക്കാനുപയോഗിക്കുന്ന പാത്രങ്ങളായും ഉപയോഗിച്ചിരുന്നു. ഇത്തരം മാന്ത്രിക ചതുരങ്ങളിൽ വീടിന്റെ കവാടത്തിൽ തൂക്കിയിട്ടിരുന്നാൽ പിശാചുകൾ അകന്നുപോകുമത്രെ.

മാന്ത്രികചതുരത്തെപ്പറ്റിയുള്ള ഇത്തരം വിചിത്രമായ വിശ്വാസങ്ങൾ സൂചിപ്പിക്കുന്നത് മാനവസംസ്കാരത്തിന്റെ ആരംഭം മുതൽ തന്നെ മാന്ത്രികചതുരം അവരുടെ ജീവിതത്തിൽ അനൽപമായ സ്വാധീനം ചെലുത്തിയിരുന്നു എന്നതാണ്. സംഖ്യകളിൽനിന്നും ഗണിത ശാസ്ത്രത്തിൽനിന്നും മനുഷ്യന് ഒരിക്കലും അകന്ന് ജീവിക്കാൻ സാദ്ധ്യമല്ല. കാരണം ഗലീലിയോ സൂചിപ്പിച്ചതുപോലെ പ്രകൃതി എന്ന മഹത്തായ ഗ്രന്ഥം ഈശ്വരൻ രചിച്ചിരിക്കുന്നത് ഗണിതചിഹ്നങ്ങൾ ഉപയോഗിച്ചാണ്.

മാന്ത്രികചതുരം എളുപ്പത്തിൽ നിർമ്മിക്കാം

മാന്ത്രികചതുരം എന്നാൽ എന്താണെന്ന് കൂട്ടുകാർക്കെല്ലാം അറിയാമല്ലോ. ഓരോ വരിയിലും, ഓരോ നിരയിലും തുക തുല്യമാകത്തക്ക രീതിയിലുള്ള സംഖ്യാക്രമീകരണമാണ് മാന്ത്രിക ചതുരം (Magic Square). വരിയിലും നിരയിലും മാത്രമല്ല കോണോടുകോണുള്ള സംഖ്യകളുടെ തുകയും തുല്യമായിരിക്കും. സാധാരണയായി വരിയുടെയും നിരയുടെയും എണ്ണം തുല്യമായിരിക്കും. കൂടാതെ സംഖ്യകൾ ആവർത്തിക്കാറുമില്ല. 1 മുതൽ 9 വരെയുള്ള അക്കങ്ങൾ 3 വരിയും 3 നിരയുമായി ക്രമീകരിച്ചിരിക്കുന്നത് ചിത്രത്തിൽ കാണാം. ഇങ്ങനെ 3 വരിയും 3 നിരയുമുള്ള മാന്ത്രിക ചതുരങ്ങളെ 3X3 ഓർഡറിലുള്ള മാന്ത്രികചതുരങ്ങൾ എന്നറിയപ്പെടും.

4 വരിയും 4 നിരയുമുള്ള മാന്ത്രികചതുരത്തിന്റെ ഓർഡർ 4X4 ആയിരിക്കും. ഇത്തരത്തിലുള്ള ഒരു മാന്ത്രിക ചതുരം എങ്ങനെ എളുപ്പത്തിൽ നിർമ്മിക്കാമെന്ന് നോക്കാം.

ആദ്യം കള്ളികൾ വരച്ച് 1 മുതൽ 16 വരെയുള്ള സംഖ്യകൾ ചിത്രത്തിൽ കാണിച്ചിരിക്കുന്ന ക്രമത്തിൽ എഴുതുക ഇതിലെ വരിയിലെയും നിരയിലെയും സംഖ്യകളുടെ തുക വ്യത്യസ്തമാണെന്ന് കാണാം. ഇതിനെ എങ്ങനെ മാന്ത്രികചതുരമാക്കും എന്നാണ് നാം കണ്ടുപിടിക്കേണ്ടത്.

1	8	9	16
2	7	10	15
3	6	11	14
4	5	12	13

1	8	9	16
15	10	7	2
14	11	6	3
4	5	12	13

ഇവിടെ എല്ലാ നിരയിലും നാല് സംഖ്യകൾ വീതമാണല്ലോ ഉള്ളത്. ഒന്നാമത്തെ നിരയിലെ മധ്യത്തിലുള്ള സംഖ്യകളും നാലാമത്തെ വരിയിലെ മധ്യത്തിലുള്ള രണ്ട് സംഖ്യകളും അതേ ക്രമത്തിൽ മാറ്റുക. ഇതേപോലെ രണ്ടാമത്തെ നിരയിലുള്ള മധ്യത്തിലെ രണ്ട് സംഖ്യകളും മൂന്നാമത്തെ നിരയിലെ മധ്യത്തിലെ രണ്ട് സംഖ്യകളും അതേക്രമത്തിൽ മാറ്റുക മറ്റ് സംഖ്യകൾക്കൊന്നും യാതൊരു മാറ്റവും വരുത്തേണ്ടതില്ല.

ഇനി ഓരോ വരിയിലെയും നിരയിലെയും കോണോടുകോണുള്ള സംഖ്യകളുടെ തുക കാണുക. ഈ തുകയെല്ലാം 34 വീതമായിരിക്കും. അപ്പോൾ നാം വളരെ എളുപ്പത്തിൽ ഒരു മാന്ത്രിക ചതുരം നിർമ്മിച്ചുകഴിഞ്ഞു. മാന്ത്രികചതുരനിർമ്മിതി എത്ര എളുപ്പം അല്ലേ?

ഇതേപോലെ എളുപ്പത്തിൽ നമുക്ക് 8 വരിയും 8 നിരയുമുള്ള മാന്ത്രികചതുരം നിർമ്മിക്കാം. ഇത്തരം മാന്ത്രികചതുരത്തിൽ ഒരു നിരയിൽ 8 സംഖ്യകൾ ഉണ്ടായിരിക്കുമല്ലോ. മധ്യത്തിലുള്ള നാല് സംഖ്യകൾ പരസ്പരം മാറ്റണം. ഒന്നാമത്തെ നിരയും എട്ടാമത്തെ നിരയും തമ്മിലാണ് മാറ്റേണ്ടത്. അതേപോലെ രണ്ടാമത്തെ നിരയിലെയും ഏഴാമത്തെ നിരയിലെയും മധ്യത്തിലുള്ള സംഖ്യകൾ മാറ്റണം. 3, 6 എന്നീ നിരകളും 4, 5 എന്നീ നിരകളും (മധ്യത്തിലുള്ള 4 സംഖ്യകൾ മാത്രം) മാറ്റി നമുക്ക് മാന്ത്രികചതുരം നിർമ്മിക്കാം. ഉദാഹരണം താഴെ കൊടുക്കുന്നു.

ഇതിലെ വരിയിലെയും നിരയിലെയും കോണോടുകോണുള്ള എല്ലാ സംഖ്യകളുടെയും തുക തുല്യമാണെന്ന് കാണാം. അതിനാൽ ഇത് ഒരു മാന്ത്രിക ചതുരമാണ്. ഇത്തരം മാന്ത്രികചതുരങ്ങൾ നിർമ്മിക്കുമ്പോൾ എല്ലായ്പ്പോഴും ഒന്നിൽ നിന്ന് തന്നെ ആരംഭിക്കണമെന്നില്ല. ഏതു സംഖ്യ മുതലും ആരംഭിക്കാം പക്ഷേ തുടർച്ചയായ സംഖ്യാക്രമമായിരിക്കണം. ഇടയ്ക്ക് സംഖ്യകളൊന്നും വിട്ടുപോകാൻ പാടില്ല.

1	16	24	25	33	48	56	57
2	15	23	26	34	47	55	58
3	14	22	27	35	46	54	59
4	13	21	28	36	45	53	60
5	12	20	29	37	44	52	61
6	11	19	30	38	43	51	62
7	10	18	31	39	42	50	63
8	9	17	32	40	41	49	64

1	16	24	25	33	48	56	57
2	15	23	26	34	47	55	58
59	54	46	35	27	22	14	3
60	53	45	36	28	21	13	4
61	52	44	37	29	20	12	5
62	51	43	38	30	19	11	6
7	10	18	31	39	42	50	63
8	9	17	32	40	41	49	64

അടുത്തടുത്ത രണ്ട് സംഖ്യകൾ തമ്മിലുള്ള വ്യത്യാസം എല്ലായ്പ്പോഴും തുല്യമാകുന്ന തരത്തിലുള്ള സംഖ്യകൾ ഉപയോഗിച്ചും ഇത്തരം മാന്ത്രിക ചതുരങ്ങൾ നിർമ്മിക്കാം. ഉദാഹരണമായി 10, 13, 16, 19, 22, ... എന്നീ സംഖ്യകളോ 36, 41, 46, 51, ... എന്നീ സംഖ്യകളോ ആവാം. ഇത്തരം സംഖ്യാക്രമങ്ങൾ സമാന്തര പ്രോഗ്രഷനിലുള്ള സംഖ്യകൾ എന്നാണ് അറിയപ്പെടുന്നത്. ആദ്യപദം ഏതും ആവാം പൊതുവ്യത്യാസം ഒന്ന് ഒഴികെയുള്ള ഏതു സംഖ്യകളും ആവാം. ഇത്തരം വ്യത്യസ്തസംഖ്യാക്രമങ്ങൾ ഉപയോഗിച്ച് നിങ്ങൾക്ക് ആയിരക്കണക്കിന് മാന്ത്രികചതുരങ്ങൾ നിർമ്മിക്കാം.

മാന്ത്രികചതുരവും ഗണിത പ്രശ്നോത്തരിയും

25 ഗണിതശാസ്ത്രജ്ഞന്മാരെപ്പറ്റിയുള്ള 25 ചോദ്യങ്ങൾ താഴെ തന്നിരിക്കുന്നു. ഇവയ്ക്ക് ഉത്തരമായി വരുന്ന ഗണിതശാസ്ത്രജ്ഞന്മാരുടെ പേരുകൾ ഒരു പട്ടികയിൽ തന്നിരിക്കുന്നു. ഈ പട്ടികയിൽ ഒരു സംഖ്യ ചേർക്കാനുള്ള വൃത്തവും കാണാം.

നിങ്ങൾ ഓരോ ചോദ്യവും വായിച്ച് ഉത്തരമായി വരുന്ന ഗണിതശാസ്ത്രജ്ഞന്മാരുടെ പേർ കണ്ടെത്തുക. ഈ ചോദ്യത്തിന്റെ നമ്പർ ഉത്തരമായി വരുന്ന ശാസ്ത്രജ്ഞന്റെ പേരെഴുതിയ ചതുരം ഏത് എന്ന് കണ്ടുപിടിക്കുക. ആ ചതുരത്തിൽ കാണുന്ന വൃത്തത്തിൽ ചോദ്യത്തിന്റെ നമ്പർ ചേർക്കുക. ഇങ്ങനെ ചേർക്കുന്ന സംഖ്യകളുടെ വരിയിലും നിരയിലുമുള്ള തുക കണ്ടുപിടിക്കുക. തുക ഒരേ സംഖ്യ കിട്ടുന്നുവെങ്കിൽ നിങ്ങളുടെ ഉത്തരങ്ങളെല്ലാം ശരിയായി എന്നു അനുമാനിക്കാം. ഗണിത പ്രശ്നോത്തരിയിലൂടെ ഒരു മാന്ത്രികചതുരം നിർമ്മിച്ചു എന്ന് പറയാം. ശ്രമിച്ചുനോക്കൂ.

1. ത്രികോണമിതിയുടെ പിതാവായി അറിയപ്പെടുന്ന ഗണിതശാസ്ത്രജ്ഞൻ?
2. ഗണസിദ്ധാന്തത്തിന്റെ ആവിഷ്കർത്താവ്?
3. ലീലാവതി എന്ന പ്രശസ്ത ഗണിതശാസ്ത്രത്തിന്റെ കർത്താവ്?
4. ലോകം സംഖ്യാമയമാണെന്ന് പ്രസ്താവിച്ച പുരാതന ഗ്രീക്ക് ഗണിതശാസ്ത്രജ്ഞൻ?
5. പാടീഗണിതം എന്ന ഗണിതശാസ്ത്രഗ്രന്ഥത്തിന്റെ കർത്താവ്?
6. ഒരു മഹാകവിയായി അറിയപ്പെടുന്ന ഗണിതശാസ്ത്രജ്ഞൻ?
7. ആലീസ് അത്ഭുതലോകത്തിൽ എന്ന പ്രശസ്തകൃതിയുടെ കർത്താവായ ലെവിസ് കരോൾ എന്ന ഗണിതശാസ്ത്രജ്ഞന്റെ തൂലികാനാമം?
8. ജ്യാമിതിയുടെ പിതാവായി അറിയപ്പെടുന്ന ഗണിതശാസ്ത്രജ്ഞൻ?
9. ആര്യഭടീയം എന്ന പ്രശസ്തമായ കൃതിയുടെ കർത്താവ്?

10. വിക്കൻ എന്നർത്ഥമുള്ള ടാർട്ടാഗ്ലിയ എന്ന പേരിൽ അറിയപ്പെടുന്ന ഗണിതശാസ്ത്രജ്ഞൻ?
11. കണക്കുകൂട്ടൽ യന്ത്രം കണ്ടുപിടിച്ച ശാസ്ത്രജ്ഞൻ?
12. ചരിത്രത്തിലെ ആദ്യത്തെ പ്രശസ്ത ഗണിതശാസ്ത്രാദ്ധ്യാപിക?
13. വിരോധാഭാസങ്ങളുടെ കർത്താവായി അറിയപ്പെടുന്ന ഗണിത ശാസ്ത്രജ്ഞൻ?
14. ഇദ്ദേഹം ഗണിതശാസ്ത്രത്തിലെ രാജകുമാരൻ എന്നറിയപ്പെടുന്നു?
15. ഗണിത ഗവേഷണത്തിനിടയിൽ തല നഷ്ടപ്പെട്ട പുരാതന ഗ്രീക്ക് ഗണിത ശാസ്ത്രജ്ഞൻ?
16. കണക്കിൽ നൂറിൽ നൂറ്റിപ്പത്ത് മാർക്ക് നേടിയിരുന്ന ഭാരതീയ ശാസ്ത്ര ജ്ഞൻ?
17. 1729 എന്ന സംഖ്യ ഈ ഗണിതശാസ്ത്രജ്ഞനുമായി ബന്ധപ്പെട്ടിരിക്കുന്നു?
18. ഭാരതത്തിന്റെ ദശക്രമസമ്പ്രദായം വിദേശങ്ങളിൽ പ്രചരിപ്പിക്കാൻ ഏറ്റവും കൂടുതൽ പ്രയത്നിച്ച ഇറ്റാലിയൻ ഗണിത ശാസ്ത്രജ്ഞൻ?
19. അഭാജ്യ സംഖ്യകളെ കണ്ടുപിടിക്കാനുള്ള ഒരു 'അരിപ്പ' ഇദ്ദേഹത്തിന്റെ കണ്ടുപിടിത്തമാണ്?
20. ദൃഗ്ഗണിതം എന്ന ഗ്രന്ഥത്തിന്റെ കർത്താവ്?
21. പൈ എന്ന സംഖ്യയുടെ ഗവേഷണത്തിനുവേണ്ടി ജീവിതകാലം മുഴുവൻ തന്നെ ചെലവഴിച്ച ജർമ്മൻ ഗണിതശാസ്ത്രജ്ഞൻ?
22. ബീജ ഗണിതത്തിന്റെ കർത്താവായി ഇദ്ദേഹം അറിയപ്പെടുന്നു?
23. ഒരു വിദേശ സർവ്വകലാശാലയിൽനിന്ന് സ്റ്റാറ്റിസ്റ്റിക്സിൽ PhD ബിരുദം നേടിയ ആദ്യത്തെ ഇന്ത്യക്കാരൻ?
24. ശ്രീനിവാസരാമാനുജനെ ഉയർന്നഗണിത ശാസ്ത്രജ്ഞനാവാൻ സഹായിച്ച ബ്രിട്ടീഷ് ഗണിതശാസ്ത്രജ്ഞൻ?
25. സാഹിത്യത്തിൽ നോബൽ സമ്മാനം നേടിയ പ്രസിദ്ധ ഗണിത ശാസ്ത്രജ്ഞൻ?

ശ്രീനിവാസ രാമാനുജൻ ◯	ജി.എച്ച് ഹാർഡി ◯	ഹിപ്പാർക്കസ് ◯	യൂക്ലിഡ് ◯	ആർക്കിമിഡീസ് ◯
ഉണ്ണിശിവരാമൻ നായർ ◯	ശ്രീധരൻ ◯	ഡോഡ്സൺ ◯	ഗോസ്സ് ◯	സത്യേന്ദ്രനാഥ് ബോസ് ◯
പൈത്തഗോറസ് ◯	ഒമർഖയ്യാം ◯	സെനോ ◯	പരമേശ്വരൻ നമ്പൂതിരി ◯	വീറ്റ ◯
നിക്കോളോ ഫൊണ്ടാനോ ◯	ഹിപ്പേഷ്യ ◯	ഇറാസ്തോസ്തനീസ് ◯	ലുഡോൾഫ് ◯	ഭാസ്ക്കരാചാര്യർ ◯
ബ്ലെയ്സ് പാസ്ക്കൽ ◯	ഫിബോനാച്ചി ◯	ബർട്ടൻ റസ്സൽ ◯	ജോർജ്ജ് കാന്റർ ◯	ആര്യഭടൻ ◯

ഉത്തരം :

ശ്രീനിവാസ രാമാനുജൻ (17)	ജി.എച്ച് ഹാർഡി (24)	ഹിപ്പാർക്കസ് (1)	യൂക്ലിഡ് (8)	ആർക്കിമിഡീസ് (15)
ഉണ്ണിശിവരാമൻ നായർ (23)	ശ്രീധരൻ (5)	ഡോഡ്സൺ (7)	ഗോസ്സ് (14)	സത്യേന്ദ്രനാഥ് ബോസ് (16)
പൈത്തഗോറസ് (4)	ഒമർഖയ്യാം (6)	സെനോ (13)	പരമേശ്വരൻ നമ്പൂതിരി (20)	വീറ്റ (22)
നിക്കോളോ ഫൊണ്ടാനോ (10)	ഹിപ്പേഷ്യ (12)	ഇറാസ്തോസ്തനീസ് (19)	ലുഡോൾഫ് (21)	ഭാസ്ക്കരാചാര്യർ (3)
ബ്ലെയ്സ് പാസ്ക്കൽ (11)	ഫിബോനാച്ചി (18)	ബർട്ടൻ റസ്സൽ (25)	ജോർജ്ജ് കാന്റർ (2)	ആര്യഭടൻ (9)

നിക്കോളസ് ബൂർബാക്കി: ഒരു രാവണൻ

നിക്കോളസ് ബൂർബാക്കി (Nicolas Bourbaki) ഒരു വ്യക്തിയുടെ പേരാണെന്ന് തോന്നാം. പക്ഷേ ഇത് ഒരു വ്യക്തിയുടെ പേരല്ല, ഒരു കൂട്ടം ഗണിതശാസ്ത്രജ്ഞന്മാരുടെ പൊതുവായ ഒരു പേരാണ്. നമ്മുടെ ഒരു പുരാണകഥാപാത്രമായ രാവണന് പത്ത് തലകളുണ്ടായിരുന്നുവല്ലോ. നിക്കോളസ് ബൂർബാക്കിക്ക് പലപ്പോഴും സുമാർ പത്ത് അംഗങ്ങളായിരുന്നു അത്. അതിനാൽ നിക്കോളസ് ബൂർബാക്കിയെ ഒരു രാവണനായി വിശേഷിപ്പിക്കാം. ഫ്രാൻസിലാണ് ഈ ശാസ്ത്രജ്ഞസമൂഹം രൂപം കൊണ്ടത്. ഒന്നാം ലോകമഹായുദ്ധം ആയിരക്കണക്കിന് ജനങ്ങളെയാണ് യമപുരിയിലേക്കയച്ചത്. ഇവരിൽ കൂടുതലും യുവാക്കളായിരുന്നു. ഫ്രാൻസിൽ മാത്രം അവിടത്തെ യുവജനസംഖ്യയുടെ മൂന്നിൽ രണ്ട് ഭാഗം പേരുടെയും ജീവൻ യുദ്ധത്തിനു വേണ്ടി സമർപ്പിക്കപ്പെട്ടു. യുദ്ധത്തിനു ശേഷമുള്ള വിദ്യാർത്ഥിസമൂഹം കടുത്ത നിരാശയിലായി. തങ്ങളെ പഠിപ്പിക്കാൻ ചെറുപ്പക്കാരാരുമില്ല. മിക്കവരും വൃദ്ധന്മാർ മാത്രം. വൃദ്ധന്മാർ പഠിപ്പിക്കുന്നില്ല എന്നല്ല പരാതി, അവർ പഠിപ്പിക്കുന്നത് അവർ എത്രയോ കാലം മുമ്പ് അവർ പഠിച്ച പാഠഭാഗങ്ങൾ. ശാസ്ത്രം എത്രവേഗം വികസിക്കുന്നു, പുരോഗമിക്കുന്നു. എന്തെല്ലാം പുതിയ വസ്തുതകൾ ലോകത്തിന്റെ പല ഭാഗങ്ങളിൽ കണ്ടുപിടിക്കപ്പെടുന്നു. ഇവയൊക്കെ ഈ വൃദ്ധന്മാർക്ക് പഠിപ്പിക്കാൻ സാധിക്കുകയില്ല എന്ന് ചില യുവവിദ്യാർത്ഥികൾ പരാതിപ്പെട്ടു. യുദ്ധത്തിന് ശേഷമുള്ള ആദ്യത്തെ വിദ്യാർത്ഥി തലമുറയാണ് ഞങ്ങളുടേത്. ഞങ്ങൾക്ക് മുന്നിൽ വലിയൊരു ശൂന്യതയാണുള്ളത്. വിജ്ഞാനത്തിന്റ മുപ്പതുവർഷത്തെ ശൂന്യത. ഇതിന് ഒരു പരിഹാരം വേണം എന്ന് അവർ ആഗ്രഹിച്ചു. ഇത് കുറെ ചെറുപ്പക്കാരെ ചിന്താകുലരാക്കി.

ഫ്രാൻസിന്റെ തലസ്ഥാനമായ പാരീസിലെ ഇക്കോൾ നോർമ്മെയിൽ നിന്ന് (ecole Normale Superieure de Paris) ബിരുദം നേടിയ ശേഷം സുമാർ പത്ത് പേരടങ്ങിയ ഒരു സംഘം യുവഗണിതശാസ്ത്രജ്ഞന്മാർ പ്രത്യേകമായ ഒരു അടുപ്പവും സ്നേഹബന്ധവും സൂക്ഷിക്കുകയുണ്ടായി. അവർ

ഫ്രാൻസിലെ വിവിധ സർവകലാശാലകളിൽ ജോലിയിൽ പ്രവേശിച്ചു. അവരിൽ ഹെൻറി കാർട്ടൻ, ആൻഡ്രെ വീൽ (Henri Cartan, Andre Weil) എന്നിവർ സ്ട്രാസ്ബർഗ് സർവകലാശാലയിലാണ് അദ്ധ്യാപകരായി ചേർന്നത്. അവർ കാൽക്കുലസ് പഠിപ്പിക്കാനുപയോഗിക്കുന്ന പുസ്തകം ഗൗസാറ്റ്റി എന്ന ഗണിതപണ്ഡിതന്റേതായിരുന്നു. ഈ പുസ്തകം പല കാരണങ്ങളാലും വേണ്ടത്ര നിലവാരമില്ലാത്തവയാണെന്ന് അവർക്ക് തോന്നി. ഈ പാഠഭാഗങ്ങൾ എങ്ങനെ ഫലപ്രദമായി, മെച്ചപ്പെട്ട രീതിയിലൂടെ പഠിപ്പിക്കാമെന്ന് കാർട്ടൻ വീലിനോട് ചോദിച്ചു. പല തവണ ഈ ചോദ്യം ആവർത്തിക്കപ്പെട്ടു. കുറച്ച് സുഹൃത്തുക്കളെ സംഘടിപ്പിച്ച് പുസ്തകം പരിഷ്കരിച്ച് മാറ്റി എഴുതിയാൽ പ്രശ്നം പരിഹരിക്കപ്പെടുമെന്ന് വീൽ 1934ൽ അഭിപ്രായപ്പെട്ടു. അങ്ങനെയാണ് കൂട്ടുകൂടി പുസ്തകം എഴുതുക, അഥവാ പുസ്തകം എഴുതാനൊരു സംഘം എന്ന ആശയം രൂപപ്പെട്ടത്. ഈ അഭിപ്രായം നിക്കോളസ് ബൂർബാക്കി എന്ന ശാസ്ത്രജ്ഞന്മാരുടെ ഒരു കൂട്ടം ചേരലിന് പ്രചോദനമായിതീർന്നു. ഈ ആശയം പെട്ടെന്ന് തന്നെ സുഹൃത്തുക്കളുടെ ഇടയിൽ പടർന്നു. ഹെൻറി കാർട്ടൻ, ആൻഡ്രി വീൽ, ജീൻ ഡെൽസാർട്ടെ, ജീൻ ഡ്യൂഡൊന്നെ, ക്ലോഡ് ഷെവല്ലി എന്നിവർ പാരീസിലെ ഒരു കഫെയിൽ കൃത്യമായ കാലയളവിൽ യോഗം ചേരാൻ തുടങ്ങി. അവർ പഠിപ്പിച്ചിരുന്ന ഗൗസാറ്റ്റിയുടെ പുസ്തകത്തിന് പകരം മറ്റൊരു പുസ്തകം രചിക്കാനാണ് ആലോചിച്ചത്. ധാരാളം ചർച്ചകൾക്കുശേഷം, എല്ലാം ഒഴിവാക്കി ആദ്യം മുതലേ പുതുതായി ആരംഭിക്കുകയാണ് അത്യാവശ്യമെന്ന് അവർക്കു തോന്നി. ഇതിന് ഇടയ്ക്കിടയ്ക്ക് ചേരുന്ന യോഗങ്ങൾ പര്യാപ്തമല്ല എന്നും ആഴ്ചകൾ തന്നെ ഒന്നിച്ചിരിക്കണമെന്നും അവർ തീരുമാനത്തിലെത്തി. അങ്ങനെ 1935 ജൂലായ് മാസത്തിൽ ബെസ്സെൻ ചാൻഡെസ്സിൽ ആദ്യത്തെ ഔദ്യോഗികയോഗം ചേർന്നു. മൂന്നു മാസം കൊണ്ട് ഗണിതത്തിലെ അത്യാവശ്യകാര്യങ്ങൾ എഴുതിത്തീർക്കാൻ സാധിക്കുമെന്ന് അവർ അഭിപ്രായപ്പെട്ടു. പക്ഷേ നാലു വർഷം കൊണ്ട് ആദ്യത്തെ അദ്ധ്യായം പോലും അവർക്ക് എഴുതി തീർക്കാൻ സാധിച്ചില്ല. ഇങ്ങനെയാണ് അവർ ഒരു സ്ഥിരം ഗ്രൂപ്പിനെപ്പറ്റി

ബൂർബാക്കിയുടെ ആദ്യയോഗത്തിൽ പങ്കെടുത്തവർ

ആലോചിച്ചതും ഗ്രൂപ്പിന് നിക്കോളാസ് ബൂർബാക്കി എന്ന് പേരിട്ട് സ്ഥിരം സമിതിയാക്കാനും തീരുമാനിച്ചത്.

പ്രായമായവരുടെ വിജ്ഞാനം കാലഹരണപ്പെടും എന്ന ചിന്തയാണല്ലോ അവരെ ഇത്തരം ഒരു സംഘടനയ്ക്ക് രൂപം നൽകാൻ പ്രേരിപ്പിച്ചത്. അതുകൊണ്ട് തന്നെ അമ്പതു വയസ്സുപൂർത്തിയായവർ സംഘടനയിൽ നിന്ന് മാറി നിൽക്കണമെന്ന് തീരുമാനിക്കപ്പെട്ടു.

ബൂർബാക്കിയുടെ യോഗത്തിൽ എല്ലാ അംഗങ്ങൾക്കും ചർച്ചകൾക്ക് എന്ത് അഭിപ്രായപ്രകടനത്തിനും പൂർണ്ണസ്വാതന്ത്ര്യം നൽകിയിരുന്നു. ചർച്ച ചെയ്യപ്പെടുന്ന ഒരു നിശ്ചിത വിഷയത്തെപ്പററി ആദ്യം ഒരു ലേഖനം തയ്യാറാക്കും. യോഗത്തിൽ അംഗങ്ങൾ ഉന്നയിക്കുന്ന നിർദ്ദേശങ്ങളും അഭിപ്രായങ്ങളും പരിഗണിച്ച് ലേഖനം മാറ്റി എഴുതും. വീണ്ടും ലേഖനം യോഗത്തിൽ ചർച്ചയ്ക്ക് വരും. എല്ലാവരും അംഗീകരിക്കപ്പെടുന്ന ലേഖനത്തിലെത്താൻ ചില ലേഖനങ്ങൾ പത്തു തവണ വരെ മാറ്റി എഴുതേണ്ടിവന്നിട്ടുണ്ട്.

ബുർബാക്കിയിൽ ചേർന്ന അംഗങ്ങളെ അമ്പതുവയസ്സുവരെ മാറ്റി നിർത്തുന്ന പതിവില്ല. അതുപോലെ അംഗങ്ങളുടെ എണ്ണത്തിനും പരിധി നിശ്ചയിച്ചിരുന്നില്ല. ഗണിതത്തിൽ നല്ല അവഗാഹമുള്ള ചെറുപ്പക്കാരെ എപ്പോഴും സ്വീകരിച്ചിരുന്നു. ബൂർബാക്കി ആദ്യം താഴെ പറയുന്ന ആറ് പുസ്തകങ്ങളാണ് പ്രസിദ്ധീകരിച്ചിരുന്നത്.

1. ഗണ സിദ്ധാന്തം (Set Theory)
2. ആൾജിബ്ര (Algebra)
3. ടോപ്പോളജി (Topology)
4. ഒരു യഥാർത്ഥ ചരത്തിന്റ ഏകകങ്ങൾ (Functions of a real variable)
5. ടോപ്പോളജിക്കൽ വെക്റ്റർ സ്പെയ്സ് (Topological Vector Spaces)
6. ഇന്റഗ്രേഷൻ (Integration)

എല്ലാ ഗണിതശാസ്ത്രജ്ഞന്മാർക്കും അത്യാവശ്യം വേണ്ടുന്ന കാര്യങ്ങൾ ഈ ആറു പുസ്തകങ്ങളിൽ വിവരിച്ചിരുന്നു. പിന്നീട് ഏഴാം പുസ്തകം എന്ന നിലയിൽ കമ്മ്യൂട്ടേറ്റീവ് ആൾജിബ്രായും (Commutative Algebra) എട്ടാം പുസ്തകമായി ലീ ഗ്രൂപ്പും (Lie Groups) പ്രസിദ്ധീകരിക്കപ്പെട്ടു. ബൂർബാക്കിയുടെ ഒമ്പതാമത്തേതും അവസാനത്തേതുമായ പുസ്തകം സ്പെക്റ്ററൽ തിയറി (Spectral Theory) 1983ൽ ആണ് പ്രസിദ്ധീകരിക്കപ്പെട്ടത്. കമ്മ്യൂട്ടേറ്റീവ് ആൾജിബ്രയുടെ പത്താം അദ്ധ്യായം 1998ൽ പ്രസിദ്ധീകരിക്കപ്പെട്ടിട്ടുണ്ട്.

ബൂർബാക്കി പ്രസിദ്ധീകരിച്ച പുസ്തകങ്ങൾ സമഗ്രവും നല്ല നിലവാരമുള്ളതുമാകയാൽ പൊതുവെ നല്ല ജനസമ്മതി നേടിയെടുത്തു. മറ്റു പുസ്തകരചയിതാക്കളെ ഈ രീതി ആകർഷിക്കുകയും ഇത്തരത്തിലുള്ള ധാരാളം പുസ്തകങ്ങൾ പ്രസിദ്ധീകരിക്കപ്പെടുകയും ചെയ്തു.

ഇതോടെ ബൂർബാക്കി പ്രസിദ്ധീകരിച്ച പുസ്തകങ്ങളുടെ പ്രസക്തിക്ക് മങ്ങലേറ്റു. കൂടാതെ ബൂർബാക്കിയുടെ പുസ്തകങ്ങളുടെ പ്രസാധകരുമായി റോയൽറ്റി കാര്യത്തിലും തർജ്ജമയുടെ അവകാശകാര്യത്തിലും വലിയ പ്രശ്നങ്ങൾ ഉടലെടുത്തു. പ്രശ്നം കോടതിയുടെ പരിഗണനയിലെത്തി. കുറെ നിയമയുദ്ധങ്ങൾക്കുശേഷം പ്രശ്നം പരിഹരിക്കപ്പെട്ടു. ബൂർബാക്കിക്കും പ്രസാധകനും വലിയ നഷ്ടം നേരിട്ടു, വക്കീലന്മാർക്ക് വലിയ നേട്ടമുണ്ടായി എന്നാണ് ഈ നിയമയുദ്ധത്തെപ്പറ്റി ഒരംഗം അഭിപ്രായപ്പെട്ടത്.

ബൂർബാക്കിയുടെ ആരംഭകാലത്ത് ഡ്യൂഡൊന്നെ ആയിരുന്നു പുസ്തകങ്ങളുടെ പ്രധാന എഴുത്തുകാരൻ. അദ്ദേഹത്തിന്റെ അംഗത്വകാലത്ത് അച്ചടിക്കപ്പെട്ട പുസ്തകങ്ങളിലെ എല്ലാ വാക്കുകളും അദ്ദേഹത്തിന്റെ കൈകൊണ്ട് തന്നെ എഴുതപ്പെട്ടതായിരുന്നു. പക്ഷേ അദ്ദേഹം വിരമിച്ചശേഷം അദ്ദേഹത്തിന്റെയത്ര ആത്മാർത്ഥതയുള്ള ആളെ ബൂർബാക്കിക്ക് ലഭിച്ചില്ല. ഇങ്ങനെ വിവിധ കാരണങ്ങളാൽ സംഘടനയ്ക്ക് നന്നായി പ്രവർത്തിക്കാൻ സാധിച്ചില്ല.

ബൂർബാക്കിക്ക് ക്ഷീണം സംഭവിച്ചുവെങ്കിലും ഇപ്പോഴും അസ്സോസിയേഷൻ ഓഫ് കൊളാബറേറ്റേഴ്സ് ഓഫ് നിക്കോളാസ് ബൂർബാക്കി (Associaton de collaburateurs de Nicolas Bourbaki) എന്ന പേരിൽ ഒരു സംഘം പ്രവർത്തിക്കുന്നുണ്ട്. ഇതിന്റെ ആസ്ഥാനം പാരീസിലാണ്.എല്ലാ വർഷവും മൂന്ന് തവണ ഗണിതശാസ്ത്രത്തിന്റെ വിവിധ വിഷയങ്ങളെ അടിസ്ഥാനമാക്കി സെമിനാറുകൾ സംഘടിപ്പിക്കാറുണ്ട്. അവിടെ സമർപ്പിക്കപ്പെട്ട ലേഖനങ്ങളെ അടിസ്ഥാനപ്പെടുത്തി പ്രൗഢമായ ചർച്ചകൾ നടക്കാറുണ്ട്. ലോകത്തിന്റെ വിവിധഭാഗങ്ങളിൽ നിന്ന് രണ്ടായിരത്തിലേറെ ഗണിതശാസ്ത്ര പണ്ഡിതന്മാർ സെമിനാറുകളിൽ പങ്കെടുക്കാറുണ്ട്.

വളരെ മഹത്തായ ഒരു ലക്ഷ്യത്തോടെ ആരംഭിച്ച ഈ സംഘടനയ്ക്ക് ഒരു പരിധി വരെ അതിന്റെ ലക്ഷ്യം നിറവേറ്റാൻ സാധിച്ചിട്ടുണ്ട് എന്ന് പറയാം. അൽപകാലം കൊണ്ട് ശക്തമായി പ്രവർത്തിക്കാൻ സാധിക്കാത്തവിധം ക്ഷയിച്ചുപോയെങ്കിലും ഗണിതശാസ്ത്രചരിത്രത്തിൽ ബൂർബാക്കിക്ക് വളരെ വലിയ ഒരു സ്ഥാനമുണ്ട്. ഒരു കൂട്ടം യുവ ഗണിതശാസ്ത്രജ്ഞന്മാരുടെ അപൂർവ്വവും അസുലഭവുമായ യത്നം ഗണിതശാസ്ത്രത്തിന്റെ വികാസത്തെ ഒട്ടൊന്നുമല്ല സഹായിച്ചത്.

ശക്തികേന്ദ്രമായ സഹസ്രചക്രം

മറ്റൊരു രാജ്യത്തിനും അവകാശപ്പെടാൻ സാധിക്കാത്ത വിപുലവും വിസ്തൃതവുമായ ഒരു സാംസ്കാരിക പാരമ്പര്യമാണ് ഭാരതത്തിന് അവകാശപ്പെടാനുള്ളത്. ലോകത്തിലെ ആദ്യത്തെ വിജ്ഞാനകേന്ദ്ര ങ്ങൾ അഥവാ സർവകലാശാലകൾ ആരംഭിച്ചിട്ടുള്ളത് ഭാരതത്തിലാണ്. ലോകത്തിലെ ആദ്യത്തെ ബ്രഹത് വിജ്ഞാനഗ്രന്ഥം - ഋഗ്വേദം - രചി ക്കപ്പെട്ടത് ഭാരതത്തിലാണ്. ലോകത്തിലെ ഇന്നുവരെ കണ്ടെത്തി യിട്ടുള്ള ഏറ്റവും മികച്ച കണ്ടുപിടിത്തമെന്ന് വിശേഷിപ്പിക്കപ്പെടുന്ന പൂജ്യം കണ്ടുപിടിച്ചത് ഭാരതത്തിലാണ്. നൂറ്റാണ്ടുകൾക്ക് മുമ്പ് ഭാരത ത്തിൽ കണ്ടുപിടിച്ച പല കണ്ടുപിടിത്തങ്ങളുടേയും അത്ഭുതവും രഹസ്യവും ഇപ്പോൾ പോലും കണ്ടെത്താൻ പാശ്ചാത്യർക്ക് സാധിച്ചിട്ടില്ല എന്നതാണ് സത്യം. ഭാരതത്തിൽ കണ്ടെത്തിയ ശ്രീചക്രവും സഹസ്ര ചക്രവും ഇത്തരത്തിൽ അത്ഭുതകരമായ കണ്ടുപിടിത്തങ്ങളിൽ ചിലതു മാത്രമാണ്.

പൂർണ്ണമായും ഒരു ജ്യാമിതീയ ചിത്രമായ ശ്രീചക്രത്തിന്റെ രഹസ്യ ങ്ങൾ മുഴുവൻ കണ്ടുപിടിക്കാൻ ദശലക്ഷക്കണക്കിന് ക്രിയകൾ ചെയ്യാൻ കഴിവുള്ള കമ്പ്യൂട്ടറുകൾ വേണ്ടിവരുമെന്ന് പ്രമുഖ റഷ്യൻ ശാസ്ത്ര ജ്ഞൻ കുലൈച്ചേവ് പ്രസ്താവിക്കുകയുണ്ടായി. ഇതുപോലുള്ള മറ്റൊരു അത്ഭുതചക്രമാണ് സഹസ്രചക്രം.

ഭാരതത്തിൽനിന്ന് ഉത്ഭവിച്ച് വിവിധരാജ്യങ്ങളിൽ പ്രചാരം നേടിയ തന്ത്രസാഹിത്യത്തി(Tantric literature)ലാണ് ഈ യന്ത്രത്തെപ്പറ്റി യുള്ള വിവരണമുള്ളത്. 49 രീതികളിലുള്ള ശ്വസനം 6 കേന്ദ്രങ്ങളു മായി എങ്ങനെ ബന്ധപ്പെട്ടിരിക്കുന്നു എന്ന് ഇതിന്റെ ചിത്രം വ്യക്ത മാക്കുന്നു. ശിരസ്സിലുള്ള ആയിരം ദളങ്ങൾ ഗുരുവിന്റെ വാതിൽ (door of the Guru) എന്നറിയപ്പെടുന്നു. ആയിരത്തി എണ്ണൂറുകളുടെ മധ്യ കാലത്ത് ലാഹിരിമഹാശയയോഗി (1828–1895)യാണ് ഈ ചിത്രം വരച്ചി ട്ടുള്ളത്.

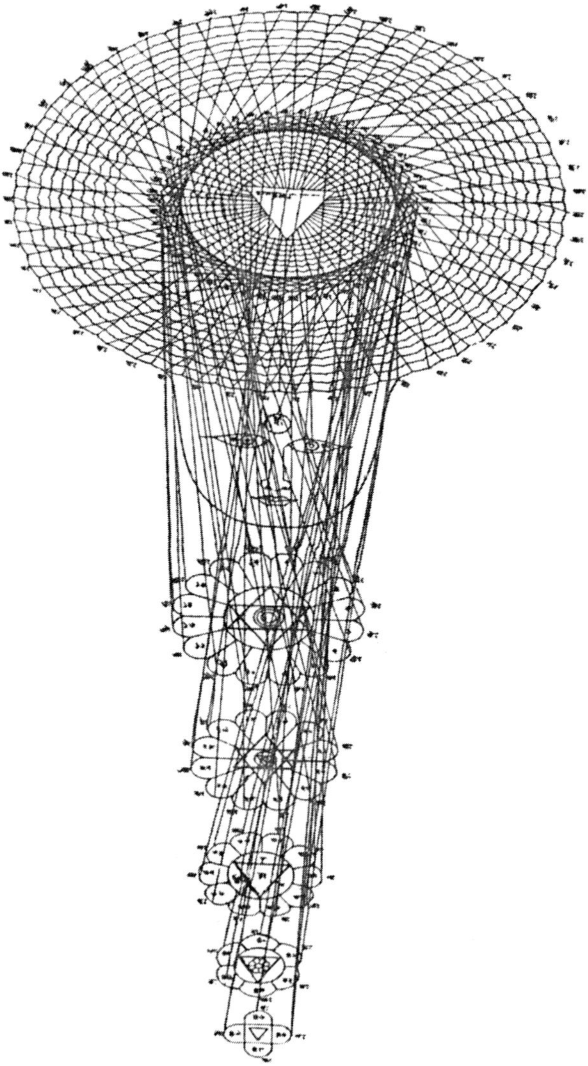

സഹസ്രസചക്രം

ആദ്ധ്യാത്മിക വിഷയത്തിൽ മാത്രമല്ല ഗണിതശാസ്ത്രത്തിലും ഈ ചിത്രത്തിന് വളരെയേറെ പ്രാധാന്യമുണ്ട്. ആദ്ധ്യാത്മിക വിഷയത്തിൽ ഭാരതീയർ ഗണിതശാസ്ത്രം എത്ര സമർത്ഥമായി ഉപയോഗിച്ചിരുന്നു എന്നതിനുള്ള ഒരു തെളിവായി ഈ ചക്രം ചൂണ്ടിക്കാട്ടാം.

മാന്ത്രികചതുര പ്രശ്നം

ഭാരതത്തിൽ പ്രചാരത്തിലുണ്ടായിരുന്ന രസകരമായ ഒരു നാടൻ കണക്കിന് മാന്ത്രികചതുരവുമായി ബന്ധമുണ്ട്. ഈ നാടൻകണക്ക് താഴെ കൊടുക്കുന്നു.

"ഒരാളുടെ കൈവശം 25 മുത്തുകളുണ്ട്. ഒന്നാമത്തേതിന് ഒരു പണം. രണ്ടാമത്തേതിന് രണ്ടു പണം. മൂന്നാമത്തേതിന് മൂന്നു പണം എന്നിങ്ങനെയാണ് മുത്തുകളുടെ വിലകൾ. അയാൾക്ക് അഞ്ചു മക്കളുണ്ട്. എണ്ണത്തിലും മൂല്യത്തിലും തുല്യമായി ഈ മുത്തുകൾ എങ്ങനെ വീതിച്ചുനൽകും.

25 മുത്തുകൾ 5 പേർക്ക് എണ്ണത്തിൽ തുല്യമായി ഭാഗിക്കാൻ എളുപ്പമാണ്. 5 വീതം നൽകിയാൽ മതി. മൂല്യം എങ്ങനെ തുല്യമാക്കാം എന്നതാണ് പ്രശ്നം. മുത്തുകളുടെ മൂല്യം 1 മുതൽ 25 വരെ പണമായതിനാൽ ആകെ മൂല്യം 1 മുതൽ 25 വരെയുള്ള സംഖ്യകളുടെ തുക ആയിരിക്കും. ഇത് 325 ആണെന്ന് കാണാം. അതിനാൽ ഒരാൾക്ക് ലഭിക്കുന്ന മൂല്യം 65 ആയിരിക്കുമല്ലോ.

തുക 65 ആകത്തക്കവിധത്തിൽ 1 മുതൽ 25 വരെയുള്ള സംഖ്യകൾ 5 വരിയും 5 നിരയുമുള്ള ഒരു മാന്ത്രിക ചതുരമായി ക്രമീകരിച്ചാൽ പ്രശ്നം പരിഹരിക്കപ്പെടും. അങ്ങനെ നോക്കുമ്പോൾ ഇതും മാന്ത്രിക ചതുരനിർമ്മിതി ഉൾപ്പെടുന്ന ഒരു പ്രശ്നമായി കണക്കാക്കാം. ഈ പ്രശ്നത്തിന്റെ മാന്ത്രികചതുരം താഴെ കൊടുക്കുന്നു.

17	24	1	8	15
23	5	7	14	16
4	6	13	20	22
10	12	19	21	3
11	18	25	2	9

ഫിബ്നാച്ചിയുടെ മുയൽപ്രശ്നം

ഭാരതം നടത്തിയ പൂജ്യത്തിന്റെ കണ്ടുപിടിത്തത്തോടെ ഗണിതക്രിയകൾ അത്ഭുതകരമാം വിധം എളുപ്പമായിതീർന്നു. അതിന് മുമ്പ് ഉപയോഗിച്ചിരുന്ന റോമൻ സംഖ്യാസമ്പ്രദായത്തിൽ സ്ഥാനവില എന്ന ആശയം ഇല്ലാത്തതിനാൽ കണക്കുകൂട്ടുന്നത് വളരെ പ്രയാസകരമായിരുന്നു. പൂജ്യത്തിന്റെ കണ്ടുപിടിത്തത്തോടെ കണക്കുകൂട്ടൽ അത്ഭുതകരമാം വിധം എളുപ്പമുള്ളതായി മാറി. കണക്ക് കൂട്ടാൻ എളുപ്പമായ സംഖ്യാരീതി വിദേശങ്ങളിൽ പ്രചരിപ്പിക്കുന്നതിൽ ഏറ്റവും കൂടുതൽ പ്രയത്നിച്ചിരുന്ന ഗണിതശാസ്ത്രജ്ഞൻ ഫിബ്നാച്ചിയായിരുന്നു. അദ്ദേഹത്തിന്റെ പേരിൽ അറിയപ്പെടുന്ന ഒരു സംഖ്യാശ്രേണിയാണ് ഫിബ്നാച്ചി ശ്രേണി.

ഗണിതശാസ്ത്രത്തിൽ സൗന്ദര്യത്തിന്റെ അടിസ്ഥാനമായി പരിഗണിക്കുന്നത് ഫിബ്നാച്ചിശ്രേണിയും (Fibonacci Series) കനകാനുപാത (Golden Ratio)വുമാണ്. 1, 1, 2, 3, 5, 8, 13 .... എന്നിങ്ങനെ തുടർച്ചയായി പോകുന്ന ശ്രേണിയാണ് ഫിബ്നാച്ചി ശ്രേണി. സാങ്കൽപികമായ ഒരു മുയൽപ്രശ്നത്തി(Rabbit Problem)ലൂടെയാണ് അദ്ദേഹം ഈ ശ്രേണിയിലെത്തിച്ചേർന്നത്.

ഫിബ്നാച്ചി

1902ൽ ഫിബ്നാച്ചി മുയലുകളുടെ പ്രജനനത്തിൽ താത്പര്യം കാണിക്കുകയും തികച്ചും സാങ്കൽപികമായ ഒരു പരീക്ഷണം ആവിഷ്കരിക്കുകയും ചെയ്തു. ചില സാങ്കൽപിക നിബന്ധനകളെ അടിസ്ഥാനമാക്കി മുയലുകൾ പെരുകുന്ന പ്രശ്നമാണ് അദ്ദേഹം അവതരിപ്പിച്ചത്. ഒരു ജോടി മുയലുകൾ ചില നിശ്ചിതനിബന്ധനകൾ പ്രകാരം ഒരു വർഷം കൊണ്ട് എത്ര ജോടിയായി വർദ്ധിക്കും എന്നതാണ്

അദ്ദേഹത്തിന്റെ പ്രസിദ്ധമായ മുയൽ പ്രശ്നം. അദ്ദേഹം ഇതിന് താഴെ കൊടുത്തിരിക്കുന്ന നിബന്ധനകളാണ് അവതരിപ്പിച്ചത്.

1) ഒരു മാസത്തിന്റെ തുടക്കത്തിൽ പുതുതായി പിറന്ന ഒരു ആൺമുയലും ഒരു പെൺമുയലും കൂടി ഒരു ജോടി മുയലുകളുണ്ട്.

2) പുതുതായി പിറന്ന ഒരു മുയൽ ഒരു മാസം കൊണ്ട് പ്രായ പൂർത്തിയാവുന്നു.

3) മുയലുകളുടെ ഗർഭകാലം ഒരു മാസമാണ്.

4) പ്രായപൂർത്തിയായാൽ ഓരോ പെൺമുയലും ഓരോ മാസവും പ്രസവിക്കും.

5) ഓരോ പ്രസവത്തിലും ഒരു ആൺകുഞ്ഞിനും പെൺകുഞ്ഞിനും ജന്മം നൽകും.

6) മുയലുകൾ ഒരിക്കലും മരിക്കുകയില്ല.

ഈ നിബന്ധനക്കനുസരിച്ച് ഒരു വർഷം കൊണ്ട് ഒരു ജോടി മുയൽ എത്ര ജോടികളായി മാറും എന്നതാണ് ഫിബ്നാച്ചിയുടെ മുയൽപ്രശ്നം.

ഒന്നാം മാസം ഒരു ജോടി എന്ന് നമുക്കറിയാം.

അതിനാൽ ശ്രേണിയിലെ ആദ്യസംഖ്യ = 1

രണ്ടാം മാസം പ്രസവം നടക്കുന്നില്ല. ജോടിയുടെ എണ്ണത്തിൽ മാററമില്ല. അതിനാൽ ശ്രേണിയിലെ രണ്ടാം സംഖ്യ = 1

മൂന്നാം മാസം ആദ്യജോടിയിലെ പെൺമുയൽ ഒരു ജോടിക്ക് ജന്മം നൽകിയിരിക്കും. ശ്രേണിയിലെ മൂന്നാം സംഖ്യ = 2

നാലാം മാസം ആദ്യജോടിയിലെ പെൺമുയൽ ഒന്നു കൂടി പ്രസവിക്കും. ശ്രേണിയിലെ നാലാം സംഖ്യ = 3

അഞ്ചാമത്തെ മാസം ആദ്യത്തെയും രണ്ടാമത്തെയും ജോടിയിലെ പെൺമുയലുകൾ പ്രസവിക്കും. ശ്രേണിയിലെ നാലാം സംഖ്യ = 5

ഇതു പ്രകാരമുള്ള സംഖ്യകൾ 1 , 1 , 2 , 3 , 5 ആണല്ലോ.

ഈ ശ്രേണി എങ്ങനെ രൂപപ്പെടുന്നു എന്ന് ശ്രദ്ധിക്കുക

ആദ്യസംഖ്യകൾ 1 , 1

അടുത്ത സംഖ്യ = 1 + 1 = 2

അടുത്ത സംഖ്യ = 1 + 2 = 3

അടുത്ത സംഖ്യ = 2 + 3 = 5

ഈ രീതിയിൽ നമുക്ക് 1 , 1 , 2 , 3 , 5 , 8 , 13 , 21 ....എന്നിങ്ങനെയുള്ള ഒരു അനന്തശ്രേണി ലഭിക്കും. ഈ ശ്രേണിയുടെ അടുത്തടുത്തുള്ള രണ്ടു സംഖ്യകളുടെ അനുപാതമാണ് കനകാനുപാതമായി അറിയപ്പെടുന്നത്. ആദ്യഭാഗത്തെ സംഖ്യകൾ തമ്മിലുള്ള അനുപാതങ്ങൾ തമ്മിൽ വ്യത്യാസമുണ്ടാകുമെങ്കിലും പിന്നീട് ഒരു സ്ഥിരം സംഖ്യയിലെത്തിച്ചേരും.

ആനകളെ ഭാഗിക്കാം

ഒരു ധനികന് പതിനേഴ് ആനകളുണ്ടായിരുന്ന ഒരു കഥയുണ്ട്. തന്റെ മൂന്ന് മക്കൾ ആനകളെ എങ്ങനെ വീതിച്ചെടുക്കണമെന്ന് അദ്ദേഹം ഒരു വിൽപ്പത്രം എഴുതിവെച്ചിരുന്നു. 1/2, 1/3, 1/9 എന്ന കണക്കിൽ വീതിച്ചെടുക്കാനാണ് വിൽപ്പത്രത്തിൽ അദ്ദേഹം നിർദ്ദേശിച്ചിരുന്നത്.

പിതാവിന്റെ മരണശേഷം അവർ ആനകളെ വീതിച്ചെടുക്കാൻ തീരുമാനിച്ചു. വിൽപ്പത്രം വായിച്ചപ്പോൾ അവർ അമ്പരന്നു! മൂത്തയാൾക്ക് 1/2 ആണ് അനുവദിച്ചിട്ടുള്ളത്. അതായത് പകുതി. പതിനേഴാനയെ എങ്ങനെ പകുതിയാക്കും? പതിനേഴിനെ മൂന്നിൽ ഒരു ഭാഗമാക്കാനും ഒമ്പതിൽ ഒരു ഭാഗമാക്കാനും പ്രയാസം തന്നെ. അവർ മൂന്നുപേരും ഒരു ഗണിതപണ്ഡിതന്റെ അടുത്തെത്തി തങ്ങളുടെ വിഷമം അറിയിച്ചു.

ഇവരുടെ പ്രയാസവും അമ്പരപ്പും കണ്ടപ്പോൾ ഗണിതപണ്ഡിതന് ചിരിയാണ് വന്നത്. "തൽക്കാലം വീട്ടിലേക്ക് തിരിച്ചു പോകൂ. ഞാൻ നാളെ വന്ന് പ്രശ്നം പരിഹരിച്ചുതരാം" എന്ന് പറഞ്ഞ് അവരെ മടക്കി അയച്ചു.

പിറ്റേ ദിവസം ഗണിതപണ്ഡിതൻ തന്റെ ആനപ്പുറത്ത് കയറി. അവരുടെ വീട്ടിലെത്തി അവരുടെ പതിനേഴ് ആനകളെ വരിവരിയായി നിർത്താനാവശ്യപ്പെട്ടു. തന്റെ ഒരു ആനകൂടി അവയുടെ ഒപ്പം നിർത്തട്ടെ എന്ന് ഗണിതപണ്ഡിതൻ പറഞ്ഞു.

മൂന്ന് മക്കൾക്ക് വലിയ സന്തോഷമായി. ഗണിതപണ്ഡിതൻ എത്ര ഉദാരനാണ്. പക്ഷേ തങ്ങളുടെ സഹായത്തിനെത്തിയ ആളുടെ ആനയെക്കൂടി ഭാഗിച്ചു കിട്ടുന്നത് ശരിയല്ല എന്നും അവർക്ക് അഭിപ്രായമുണ്ടായി. ഒരു വലിയ പ്രശ്നം പരിഹരിക്കാനാണല്ലോ. സാരമില്ല എന്നായി ഗണിതപണ്ഡിതൻ.

വിൽപത്രപ്രകാരം പകുതി ആന മൂത്ത മകനുള്ളതാണ്. പതിനെട്ടിന്റെ പകുതിയായ ഒമ്പത് ആനകളെ മൂത്ത മകന് നൽകി. രണ്ടാമന്

മൂന്നിലൊന്ന് ആനകളാണ് നിർദ്ദേശിക്കപ്പെട്ടിട്ടുള്ളത്. പതിനെട്ടിന്റെ മൂന്നിലൊന്ന് ആറെണ്ണം വരും. അത്രയും ആനകളെയും മാറ്റിനിർത്തി.

മൂന്നാമന് ഒമ്പതിൽ ഒന്ന് ആനകളാണ് കിട്ടേണ്ടത്. പതിനെട്ടിന്റെ ഒമ്പതിൽ ഒന്ന് എന്നാൽ രണ്ടെണ്ണം. അപ്പോൾ ആകെ 9+6+2 =17 ആനകൾ മൂന്നു പേർക്കുമായി കിട്ടി. ഗണിതപണ്ഡിതൻ തന്റെ ആനയുമായി സന്തോഷത്തോടെ മടങ്ങി.

ഇതേപോലുള്ള രണ്ട് പ്രശ്നങ്ങൾ കൂടി നമുക്ക് പരിചയപ്പെടാം.

ഒരു പിതാവിന് 34 സ്വർണ്ണനാണയങ്ങൾ ഉണ്ടായിരുന്നു. തന്റെ മൂന്നു മക്കൾ 1/2, 1/3, 1/9 എന്ന് കണക്കിൽ വീതിക്കാനാണ് പിതാവ് വിൽപത്രമെഴുതിയത്. സ്വർണ്ണനാണയങ്ങൾ മുറിക്കാതെ എങ്ങനെ വീതിക്കാമെന്ന് നിങ്ങൾക്ക് പറയാമോ?

ഇവിടെ രണ്ട് സ്വർണ്ണനാണയങ്ങൾ കൂടി ചേർത്ത് വിഭജനം നടത്താം. 34 ന്റെ കൂടെ രണ്ട് നാണയങ്ങൾ കൂടി ചേരുമ്പോൾ 36 ആകും. മുപ്പത്താറിന്റെ പകുതി 18; 36 ന്റെ മൂന്നിൽ ഒന്ന് 12; 36 ന്റെ ഒമ്പതിൽ ഒന്ന് 4. അപ്പോൾ ആകെ 18 + 12 + 4 = 34 എണ്ണം. എന്താ പ്രശ്നം തീർന്നില്ലേ?

ഇനി ഭാഗിക്കേണ്ടത് 51 സ്വർണ്ണനാണയങ്ങളാണ്. 1/2, 1/3, 1/9 എന്നീ കണക്കിൽ തന്നെയാണ് ഭാഗിക്കേണ്ടത്. എങ്ങനെ ഭാഗിക്കാമെന്ന് നിങ്ങൾ സ്വയം കണ്ടുപിടിക്കുമല്ലോ.

മരണശേഷം ഒന്നിച്ചവർ

പിതാവ് അതിപ്രശസ്തനായ മഹാകവി. മകൾ കമ്പ്യൂട്ടറിന്റെ മാതാവ്, കമ്പ്യൂട്ടർ യുഗത്തിന്റെ പ്രവാചക, ആദ്യത്തെ കമ്പ്യൂട്ടർ പ്രോഗ്രാമർ, സംഖ്യകളുടെ മാന്ത്രികവനിത എന്നിങ്ങനെയുള്ള അനേകം വിശേഷ ണങ്ങൾ അർഹിക്കുന്ന പ്രഖ്യാതയായ സ്ത്രീരത്നം. ഈ മഹാകവിക്കും മകൾക്കും ഒരിക്കൽപോലും നേരിൽ കാണാൻ ഭാഗ്യം ലഭിച്ചില്ല. അനേക വർഷങ്ങൾ ഭൂമിയിൽ ഒരേ സമയം ജീവിച്ചിരുന്നെങ്കിലും ഒരിക്കൽ പോലും പരസ്പരം കാണാൻ ഭാഗ്യം ലഭിച്ചില്ല. ആരൊക്കെയാണ് ഈ ഹതഭാഗ്യർ? ലോകം കണ്ട ഏറ്റവും മികച്ച റൊമാന്റിക്ക് കവികളി ലൊരാളായ ഇംഗ്ലീഷ് കവി ലോർഡ് ബൈറനും അദ്ദേഹത്തിന്റെ പ്രിയമകൾ അഡ ലവ് ലെയ്സുമാണ് ഇങ്ങനെ പരസ്പരം കാണാൻ സാധിക്കാതെ പോയ ഹതഭാഗ്യർ. ഒരേ പ്രായത്തിൽ അന്തരിച്ച ഇവർ പക്ഷേ അന്ത്യവിശ്രമം കൊള്ളുന്നത് ഒരേ സ്ഥലത്ത്, നോട്ടിങ്ഹാമിലെ സെന്റ് മേരീ മെഗഡാലീനിലെ ദേവാലയത്തിലെ സെമിത്തേരിയിൽ.

ലോർഡ് ബൈറൺ

അഡ ലവ്‌ലെയ്സ്

ഇംഗ്ലീഷ് കാവ്യലോകത്ത് ബൈറൺ അതിപ്രശസ്തനാണെങ്കിലും അദ്ദേഹം ഒരു ദുർമാർഗ്ഗിയായിട്ടാണ് ജീവിച്ചിരുന്നത്. അനേകം സ്ത്രീകളുമായി രഹസ്യബന്ധം സൂക്ഷിച്ചിരുന്ന ബൈറണ് സ്വന്തം അർദ്ധസഹോദരിയുമായി പോലും രഹസ്യബന്ധമുണ്ടായിരുന്നു. നിയമാനുസൃതം വിവാഹം ചെയ്ത അന്നെ ഇസബെല്ല മിൽബാങ്കെ (Anne Isabella Milbanke) എന്ന സ്ത്രീയുടെയും ലോർഡ് ബൈറന്റെയും മകളായി 1815 ഡിസംബർ 10ന് അഡ ബൈറൺ ജനിച്ചു. തന്റെ ഭർത്താവിന്റെ ദുഃസ്വഭാവത്തിൽ പ്രതിഷേധിച്ച് 1816 ജനുവരി 16ന് അവർ ബൈറണുമായുള്ള വിവാഹബന്ധം വിച്ഛേദിച്ചു. ഒരു മാസം മാത്രം പ്രായമായ മകളെയും കൂട്ടി സ്വന്തം വീട്ടിലേക്കു പോയി. തന്റെ ഭർത്താവ് അറിയപ്പെട്ട ഒരു കവി ആയതിനാൽ തന്റെ മകൾ ഒരിക്കലും ഒരു കവയിത്രി ആകരുതെന്ന് ഇസബെല്ലയ്ക്ക് നിർബന്ധമുണ്ടായിരുന്നു. അവളെ ഗണിതശാസ്ത്രം പഠിപ്പിക്കാനാണ് ഇസബെല്ല തീരുമാനിച്ചത്. വീട്ടിൽ വെച്ച് ഇസബെല്ല ഗണിതശാസ്ത്രാദ്ധ്യാപകരെക്കൊണ്ട് അഡയ്ക്ക് ഗണിതശാസ്ത്രത്തിൽ മികച്ച ശിക്ഷണം നൽകുകയുണ്ടായി. വില്യം ഫ്രെൻഡ്, വില്ല്യം കിങ്ങ്, മേരി സോമർവില്ലെ എന്നിവരാണ് അഡയെ ഗണിതശാസ്ത്രം പഠിപ്പിച്ചിരുന്നത്. ഇവരിൽ മേരി സോമർവില്ലെ അക്കാലത്തെ ഏറ്റവും പ്രശസ്തരായ വനിതാഗണിതശാസ്ത്രജ്ഞരിൽ ഒരാളായിരുന്നു. അവർ ലണ്ടൻ യൂണിവേഴ്സിറ്റി കോളേജിലെ ആദ്യത്തെ ഗണിതശാസ്ത്ര പ്രൊഫസറായിരുന്നു. മേരി സോമർവില്ലെയാണ് അഡയെ ആധുനികകമ്പ്യൂട്ടറിന്റെ പിതാവായി അറിയപ്പെടുന്ന ചാൾസ് ബാബേജിനെ പരിചയപ്പെടുത്തിയത്.

മേരി സോമർ വില്ലെ

ചാൾസ് ബാബേജ് അക്കാലത്ത് ഡിഫറൻസ് എൻജിൻ എന്ന ആദ്യകാലകമ്പ്യൂട്ടറിന്റെ നിർമ്മിതിയുമായി തിരക്കിലായിരുന്നു. ഡിഫറൻസ് എൻജിന്റെയും അനലറ്റിക്കൽ എൻജിന്റെയും നിർമ്മാണത്തിൽ അഡ ചാൾസ് ബാബേജിനെ ധാരാളം സഹായിക്കുകയുണ്ടായി. അങ്ങനെ കമ്പ്യൂട്ടറിന്റെ വികാസചരിത്രത്തിൽ അഡയ്ക്ക് വളരെ നിർണ്ണായകമായ ഒരു സ്ഥാനം നേടിയെടുക്കാൻ സാധിച്ചു. ഇന്ന് ലോകം അഡ അറിയപ്പെടുന്നത് ലോകത്തിലെ ആദ്യത്തെ കമ്പ്യൂട്ടർ പ്രോഗ്രാമർ എന്ന വിശേഷണത്തിൽ കൂടിയാണ്. ആദ്യത്തെ കമ്പ്യൂട്ടർ ഭാഷ കണ്ടുപിടിച്ച വ്യക്തി എന്ന നിലയിൽ ആധുനിക കമ്പ്യൂട്ടറിന്റെ മാതാവ് എന്നും അഡ വിശേഷിക്കപ്പെടുന്നു. അമേരിക്കൻ രാജ്യരക്ഷാവകുപ്പ് കണ്ടെത്തിയ

ചാൾസ് ബാബേജ്

കമ്പ്യൂട്ടർ ഭാഷയ്ക്ക് അഡയോടുള്ള ബഹുമാനാർത്ഥം അവരുടെ പേര് നൽകുകയുണ്ടായി. മൈക്രോസോഫ്റ്റിന്റെ അംഗീകൃത ഹോളോഗ്രാമിൽ അഡയുടെ ചിത്രം ആലേഖനം ചെയ്യപ്പെട്ടിട്ടുണ്ട്. 1998 മുതൽ ബ്രിട്ടിഷ് കമ്പ്യൂട്ടർ സൊസൈറ്റി അഡയുടെ പേരിൽ ഒരു അവാർഡ് ഏർപ്പെടുത്തിയിട്ടുണ്ട്. 2008 മുതൽ വിദ്യാർത്ഥിനികൾക്ക് വേണ്ടി കമ്പ്യൂട്ടർ സയൻസിൽ വാർഷികമത്സരങ്ങൾ നടത്തി സമ്മാനം നൽകാനുള്ള നടപടികളും ആരംഭിച്ചിട്ടുണ്ട്.

വളരെ വിചിത്രമായ സ്വഭാവങ്ങളുള്ള ഒരു വനിതയായിട്ടാണ് അഡ അറിയപ്പെട്ടിരുന്നത്. സംഗീതത്തിലും കുതിരകളിയിലും ചൂതുകളിയിലും താത്പര്യം കാണിച്ചിരുന്ന അഡ മയക്കുമരുന്നിന്റെ അടിമകൂടിയായിരുന്നു. ഒരു ഞെരമ്പുരോഗികൂടിയായിരുന്ന അഡ അവസാനകാലത്ത് ഗർഭാശയകാൻസർ രോഗിയായിരുന്നു. വീട്ടിൽവെച്ച് ഗണിതം പഠിപ്പിച്ചിരുന്ന വില്യം കിങ്ങിനെയാണ് അവർ വിവാഹം ചെയ്തിരുന്നത്. വിവാഹത്തിനു ശേഷം അവർ അഡ ലവ്ലെയ്സ് (Ada Lovelace) എന്നാണ് അറിയപ്പെട്ടിരുന്നത്. അവർ മൂന്ന് മക്കൾക്ക് ജന്മം നൽകിയിരുന്നു.

അഡ ഒരു വിവാദനായികയായിരുന്നു എന്ന് കൂടി പറയാം. ഗണിതശാസ്ത്രജ്ഞയായി അറിയപ്പെട്ടിരുന്നുവെങ്കിലും ത്രികോണമിതി അവർക്ക് മനസ്സിലായിരുന്നില്ല. കാൽക്കുലസ് അവർ വളരെയേറെ വെറുത്തിരുന്നു. ഒരു ലൈംഗികദാഹിയായിരുന്ന അവർ പുരുഷന്മാരെ വശീകരിക്കുന്നതിൽ സമർത്ഥയായിരുന്നുവെന്ന് ചരിത്രം രേഖപ്പെടുത്തിയിരിക്കുന്നു. 1852 നവംബർ 27ന് ഗർഭാശയക്യാൻസർ മൂലം നിര്യാതയായ അഡയെ തന്റെ പിതാവിന്റെ അന്ത്യവിശ്രമസ്ഥലത്തു തന്നെ അടക്കം ചെയ്തു. അഡയുടെ ലേഖനങ്ങൾ സമാഹരിച്ച് പ്രസിദ്ധീകരിക്കുവാൻ ചാൾസ് ബാബേജ് ശ്രമിച്ചുവെങ്കിലും ആ ശ്രമം പരാജയപ്പെടുകയാണുണ്ടായത്.

സാക്ഷാൽ ഐസക് ന്യൂട്ടൻ

ലോകത്ത് ഏറ്റവും കൂടുതൽ പ്രശസ്തരായ ഗണിതശാസ്ത്രജ്ഞന്മാരെ സംഭാവന ചെയ്ത ഒരു കുടുംബമാണ് സ്വിറ്റ്സർലൻഡിലെ ബർണൂലി കുടുംബം. ജേക്കബ് ബർണൂലി, ജോൺ ബർണൂലി, ഡാനിയൽ ബർണൂലി തുടങ്ങിയ പ്രശസ്ത ഗണിതശാസ്ത്രജ്ഞന്മാർ ഈ കുടുംബത്തിൽപ്പെട്ടവരാണ്. ഇവരിൽ ഡാനിയൽ ബർണൂലിയെപ്പറ്റി രസകരമായ ഒരു കഥ പ്രചാരത്തിലുണ്ട്.

വളരെ ചെറുപ്പത്തിൽത്തന്നെ ഗണിതത്തിൽ പ്രതിഭ കാണിച്ചിരുന്ന ഡാനിയൽ ഇരുപത്തഞ്ച് വയസ്സാകുമ്പോഴേക്കും പ്രശസ്തനായ ഒരു ഗണിതശാസ്ത്രജ്ഞൻ എന്ന ഖ്യാതി നേടിയിരുന്നു. മഹാനായ പീറ്റർ എന്ന സാർ ചക്രവർത്തി സെന്റ് പീറ്റേഴ്സ്ബർഗ്ഗിൽ ഒരു അക്കാദമി ആരംഭിക്കാൻ തുടങ്ങിയപ്പോൾ അതിൽ യൂറോപ്പിലെ ഏറ്റവും പ്രശസ്തനായ ഗണിതശാസ്ത്രജ്ഞനെന്ന നിലയിൽ ഡാനിയലിനെയാണ് ഗണിതശാസ്ത്ര പ്രൊഫസറായി ക്ഷണിച്ചത്. ഇത്രയും പ്രശസ്തനായിട്ടും അദ്ദേഹം വളരെ വിനയാന്വിതനായി ഒരു സാധാരണക്കാരനെപ്പോലെയാണ് ജീവിച്ചിരുന്നത്.

ഒരിക്കൽ സെന്റ് പീറ്റേഴ്സ്ബർഗ്ഗിലേക്കുള്ള ഒരു തീവണ്ടിയിൽ അദ്ദേഹം യാത്ര ചെയ്യുകയായിരുന്നു. സാധാരണക്കാരായ കർഷകരും തൊഴിലാളികളും തിങ്ങിനിറഞ്ഞിരുന്ന ഒരു മൂന്നാംക്ലാസ്സ് കമ്പാർട്ട്മെന്റിലായിരുന്നു യാത്ര. യാത്രക്കാർ പരസ്പരം സംഭാഷണം നടത്തിക്കൊണ്ടിരിക്കുന്നു. ഒരു യാത്രക്കാരൻ അദ്ദേഹത്തോട് പേരു ചോദിച്ചു. 'ഡാനിയൽ ബർണൂലി' എന്ന് മറുപടി പറഞ്ഞു. ഉടനെ അടുത്ത ചോദ്യം വന്നു. സ്ഥലം എവിടെയാണ്. അതിനും ഡാനിയൽ മറുപടി പറഞ്ഞു. 'സ്വിറ്റ്സർലൻഡിലെ ബേസിലിൽ'. തങ്ങളുടെ കൂടെ ഇത്രയും പ്രശസ്തനായ ഒരു ശാസ്ത്രജ്ഞൻ സഞ്ചരിക്കുകയില്ല എന്നും അദ്ദേഹം തന്നെ പരിഹസിക്കുകയാണെന്നും യാത്രക്കാരന് തോന്നി. യാത്രക്കാരൻ അദ്ദേഹത്തോട് പറഞ്ഞു.

"ഞാനാരാണെന്നറിയോ? ഞാനാണ് സാക്ഷാൽ സർ ഐസക് ന്യൂട്ടൻ."

ഡാനിയൽ ഒന്ന് പുഞ്ചിരിക്കുകമാത്രം ചെയ്തു.

നിയമങ്ങൾ പാലിക്കാത്ത ഒരു കുട്ടി

നിയമത്തിന്റെ മുമ്പിൽ എല്ലാവരും സമന്മാരാണ് എന്നു പറയപ്പെടുന്നു. അതായത് നിയമങ്ങൾ എല്ലാവരും പാലിക്കണമെന്നാണ് ചട്ടം. പക്ഷേ ചില നിയമങ്ങളെങ്കിലും ചില വിഭാഗക്കാർ പാലിക്കാറില്ല.

സംഖ്യകളിലും കാണാം ഇങ്ങനെ നിയമം പാലിക്കാത്തവർ. ഇങ്ങനെ നിയമം പാലിക്കാത്ത സംഖ്യകളിൽ പ്രധാനിയാണ് പൂജ്യം. അക്കങ്ങളിൽ ഏറ്റവും ഒടുവിൽ കണ്ടുപിടിക്കപ്പെട്ടവനാണ് പൂജ്യം. അതിനാൽ അക്കങ്ങളിലെ കുട്ടിയായി പൂജ്യത്തെ വിശേഷിപ്പിക്കാം. ഇതാ ചില നിയമ നിഷേധങ്ങൾ.

1. ഒരു സംഖ്യയെ പൂജ്യം ഒഴികെ മറ്റേതൊരു സംഖ്യ കൊണ്ടും ഹരിക്കാം. പക്ഷേ ഒരു സംഖ്യയെ പൂജ്യം കൊണ്ട് ഹരിക്കാൻ പറ്റില്ല.
2. പൂജ്യം ഒഴികെ ഏതൊരു സംഖ്യയും മറ്റൊരു സംഖ്യയുടെ കൃത്യങ്കമായി വന്നാൽ സംഖ്യയനുസരിച്ച് ഫലം വ്യത്യസ്തമായിരിക്കും.

   $3^2=9$, $5^2=25$, $12^2=144$

   പക്ഷേ, $3^0=1$, $5^0=1$, $12^0=1$
3. ഒരു സംഖ്യയോട് പൂജ്യം ഒഴികെ മറ്റേതൊരു സംഖ്യകൊണ്ട് കൂട്ടിയാലും ഫലം വ്യത്യസ്തമായിരിക്കും. പക്ഷേ ഒരു സംഖ്യയോട് പൂജ്യം കൂട്ടിയാൽ ഫലത്തിന് മാറ്റമില്ല.
4. ഒരു സംഖ്യയിൽ നിന്ന് പൂജ്യം ഒഴികെ മറ്റേതൊരു സംഖ്യ കുറച്ചാലും ഫലം വ്യത്യസ്തമായിരിക്കും. പക്ഷേ ഒരു സംഖ്യയിൽ നിന്ന് പൂജ്യം കുറച്ചാൽ സംഖ്യയ്ക്ക് മാറ്റമുണ്ടാകില്ല.
5. സാധാരണയായി സംഖ്യകളെല്ലാം പോസിറ്റീവോ നെഗറ്റീവോ ആയിരിക്കും. പക്ഷേ പൂജ്യം നെഗറ്റീവോ പോസിറ്റീവോ അല്ല.

ഭാരതീയർ കണ്ടുപിടിച്ച അത്ഭുതസംഖ്യയായ ഈ 'അനുസരണ കെട്ടവന്' ഇംഗ്ലീഷുകാർ അവരുടെ നിഘണ്ടുക്കളിൽ അക്കങ്ങളുടെ ഏറ്റവും ഒടുവിലാണ് സ്ഥാനം നൽകിയിട്ടുള്ളത്.

അക്ഷൗഹിണിപ്പട

പുരാതന കാലത്ത് ഭാരതത്തിൽ നടന്ന മഹാഭാരതയുദ്ധത്തെപ്പറ്റി നിങ്ങൾ കേട്ടിരിക്കുമല്ലോ. പാണ്ഡവന്മാരും കൗരവന്മാരും തമ്മിലാണ് ഈ യുദ്ധം നടന്നിരുന്നത്. ഈ യുദ്ധത്തിൽ പാണ്ഡവന്മാരുടെ ഏഴ് അക്ഷൗഹിണിപ്പടയും കൗരവന്മാരുടെ പതിനൊന്ന് അക്ഷൗഹിണിപ്പടയും തമ്മിലാണ് ഏറ്റുമുട്ടിയത്.

ആധുനികകാലത്ത് സൈന്യം കമ്പനി, ബറ്റാലിയൻ എന്നിങ്ങനെയുള്ള പേരുകളിലാണ് അറിയപ്പെടുന്നത്. പ്രാചീനകാലത്തെ ഒരു സേനാവിഭാഗമാണ് അക്ഷൗഹിണി.

ആന, രഥം, കുതിര, കാലാൾ എന്നിങ്ങനെ 4 വിഭാഗങ്ങളാണ് ഒരു പടയിൽ ഉണ്ടായിരുന്നത്. ഒരു സേനാവിഭാഗത്തിന്റെ ഏറ്റവും ചെറിയ യൂണിറ്റ് പത്തി എന്നറിയപ്പെടുന്നു. ഒരു ആനയും ഒരു രഥവും മൂന്ന് കുതിരയും 5 കാലാളും ചേർന്നതാണ് ഒരു പത്തി. ആന, രഥം, കുതിര എന്നിവയെ കൈകാര്യം ചെയ്യാൻ ഓരോ ആൾ എന്ന നിലയിലാണ് സൈന്യം ക്രമീകരിച്ചിരുന്നത്. മൂന്ന് പത്തി ചേർന്നത് ഒരു സേനാമുഖം എന്ന് അറിയപ്പെടുന്നു. അപ്പോൾ ഒരു സേനാമുഖത്ത് 3 ആനകളും 3 രഥങ്ങളും 9 കുതിരകളും 15 കാലാളുകളും ഉണ്ടായിരിക്കും. ഗുൽമം, ഗണം, വാഹിനി, പൃതന, ചമു, അനീകിനി എന്നിവയാണ്. അക്ഷൗഹിണിയുടെ വിഭാഗങ്ങൾ. ഇവയിൽ ഓരോ വിഭാഗത്തിലുമുള്ള അംഗങ്ങളുടെ എണ്ണം താഴെ കൊടുക്കുന്നു.

പേര്	ആന	രഥം	കുതിര	കാലാൾ
പത്തി	1	1	3	5
സേനാമുഖം	3	3	9	5
ഗുൽമം	9	9	27	45
ഗണം	27	27	81	35
വാഹിനി	81	81	243	405
പൃതന	243	243	729	1215
ചമു	729	729	2187	3645
അനീകിനി	2187	2187	6561	10935
അക്ഷൗഹിണി	21870	21870	65610	109350

അപ്പോൾ പാണ്ഡവന്മാരുടെ ഏഴ് അക്ഷൗഹിണിപ്പടയിലും കൗരവന്മാരുടെ പതിനൊന്ന് അക്ഷൗഹിണിപ്പടയിലുമുള്ള അംഗങ്ങളുടെ എണ്ണവും ആകെ എണ്ണവും താഴെ കൊടുത്തിരിക്കുന്നു.

പേര്	ആന	രഥം	കുതിര	കാലാൾ
7 അക്ഷൗഹിണി	153090	153090	459270	765450
11 അക്ഷൗഹിണി	240570	240570	721710	1202850
ആകെ	393660	393660	180980	1968300

മഹാഭാരതയുദ്ധത്തിൽ സുമാർ ഇരുപത് ലക്ഷത്തോളം ഭടന്മാർ പങ്കെടുത്തിരുന്നു എന്ന് നമുക്ക് മനസ്സിലാക്കാം.

തല തിരിഞ്ഞ ഗുണനം

ഗണിതശാസ്ത്രത്തിന്റെ അനേകം ശാഖകളിൽ ഏററവും അടിസ്ഥാന ശാഖയായി കണക്കാക്കുന്നത് അങ്കഗണിത(Arithemetic)മാണ്. ഏതൊരു കുട്ടിയും ഗണിതശാസ്ത്രം ആദ്യമായി പഠിക്കാൻ തുടങ്ങുമ്പോൾ പഠിക്കുന്നത് അങ്കഗണിതമാണ്. അങ്കഗണിതത്തിൽ ഏറ്റവും പ്രധാന ക്രിയകളായി കണക്കാക്കുന്നത് സങ്കലനം, വ്യവകലനം, ഗുണനം, ഹരണം (Addition, Subtraction, Multiplication, Division) എന്നീ നാലു ക്രിയകളാണ്. അതിനാൽ ഈ ക്രിയകൾ നാല് അടിസ്ഥാന ക്രിയകൾ (Four fundemental operations) എന്നറിയപ്പെടുന്നു.

സങ്കലനത്തിന്റെ വിപരീതക്രിയയായി വ്യവകലനവും ഗുണനത്തിന്റെ വിപരീതക്രിയയായി ഹരണവും അറിയപ്പെടുന്നു. ഗുണനമെന്നത് ആവർത്തിക്കുന്ന സങ്കലനമാണ്. അപ്പോൾ ഈ നാല് ക്രിയകളും പരസ്പരം ബന്ധപ്പെട്ടിരിക്കുന്നതായി കാണാം.

ഹരണം നാലാമത്തെ ക്രിയയായിട്ടാണ് പരിഗണിക്കുന്നതെങ്കിലും എണ്ണുക എന്നത് ഒരു അടിസ്ഥാനക്രിയയായി പരിഗണിച്ചാൽ ഹരണം അഞ്ചാമത്തെ ക്രിയയായി മാറും. ആദ്യകാലത്ത് പകുതിയാക്കലും ഇരട്ടിപ്പിക്കലും (mediation and duplation) പ്രത്യേക ക്രിയയായി കണക്കാക്കിയിരുന്നു. ഇവ കൂടി പരിഗണിച്ചാൽ ഹരണക്രിയ ഏഴാമത്തെ ക്രിയയായി മാറും.

ഈ നാല് ക്രിയകളുടെ സവിശേഷമായ ഒരു പ്രത്യേകത ഇവ എളുപ്പത്തിൽ നിന്ന് വിഷമത്തിലേക്ക് എന്ന രീതിയിൽ ക്രമീകരിച്ചിരിക്കുന്നു എന്നതാണ്. അതായത് ഏറ്റവും എളുപ്പം സങ്കലനക്രിയയാണ് പിന്നീട് പ്രയാസം വർദ്ധിക്കുന്നു. നാലാമത്തെ ക്രിയയായ ഹരണമാണ് ഏറ്റവും പ്രയാസം. ഈ പ്രയാസം മനസ്സിലാക്കിയാണ്, ഒരാൾക്ക് ഹരണം നന്നായി അറിയാമെങ്കിൽ അയാൾക്ക് മറ്റെല്ലാം എളുപ്പമായിരിക്കും എന്ന് 1494ൽ പസിയോലി (Pacioli) അഭിപ്രായപ്പെട്ടത്. സങ്കലനം, വ്യവകലനം, ഗുണനം എന്നീ ക്രിയകൾ ചെയ്യുന്നത് വലത്തുനിന്ന് ഇടത്തോട്ട് അഥവാ ഒന്നാം സ്ഥാനത്ത് നിന്നാണ്. ഹരണം മാത്രം ഇടത്ത് നിന്ന് വലത്തോട്ട് ക്രിയ ചെയ്യുന്നു.

തുല്യമായി ഭാഗിക്കപ്പെടുന്നതാണ് ഹരണം എന്ന് പൊതുവെ വിശദീകരിക്കാം. പന്ത്രണ്ട് എന്ന സംഖ്യയെ 4 തുല്യമായി ഭാഗിക്കപ്പെടുമ്പോൾ മൂന്ന് വീതം കിട്ടും. ഇതിനെ 12 / 4 = 3 എന്ന് രേഖപ്പെടുത്തും. ഇതിൽ 12 ഹാര്യ(divident)മാണ് 4 ഹാര്യവും (divisor) 3 ഹരണഫല(quotient) വുമാണ്. ചില സന്ദർഭങ്ങളിൽ ഹരണം നിർവഹിച്ചാൽ ഹാര്യത്തിൽ ബാക്കി വരും. ഇത് ശിഷ്ടം (remainder) എന്നറിയപ്പെടുന്നു.

ഏകകങ്ങളുള്ള സംഖ്യകളെ ഭാഗിക്കുമ്പോൾ ഏകകം കൂടി പരിഗണിക്കണം. ഏകകമുള്ള സംഖ്യയെ ഏകകമുള്ള സംഖ്യകൊണ്ട് ഹരിക്കുമ്പോൾ ഹരണഫലം ഏകകമുക്തമാക്കണം. ഉദാഹരണത്തിന് 15 മീറ്ററിനെ 5 കൊണ്ട് ഹരിച്ചാലുള്ള ഹരണഫലം 3 മീറ്ററായിരിക്കും. 15 മീറ്ററിനെ 5 മീറ്റർ കൊണ്ട് ഹരിച്ചാലുള്ള ഫലം 3 ആയിരിക്കും. ഇവിടെ 3ന് ഏകകമില്ല.

ആദ്യകാലത്ത് ഹരിക്കാനുള്ള സംഖ്യയ്ക്ക് പ്രത്യേക പേരുണ്ടായിരുന്നില്ല. ഹരിക്കാനുള്ള സംഖ്യ (Numerus divisor - the number to be divided) എന്നു തന്നെയാണ് വിളിച്ചിരുന്നത്. പിന്നീട് പതുക്കെ സംഖ്യ എന്ന കാര്യം വിട്ട് ഡിവൈസർ (ഹാര്യം) മാത്രമായി ചുരുങ്ങി. ഹരണഫലം ആദ്യകാലത്ത് ഉത്തരം (answer), ഫലം (result) എന്നീ പേരുകളിൽ അറിയപ്പെട്ടിരുന്നു. ഒരു കാലത്ത് ഹരണഫലത്തെ സൂചിപ്പിക്കാൻ ഇപ്പോൾ ഗുണനഫലത്തിന് ഉപയോഗിക്കുന്ന പ്രോഡക്റ്റ് (product) എന്ന വാക്ക് ഉപയോഗിച്ചിരുന്നു.

ഹരണമെന്നത് ഗുണനക്രിയയുടെ വിപരീതമാണല്ലോ. ഈ ആശയം തന്നെയാണ് ഗുണനത്തിനുള്ള നിർവചനത്തിന് പരിഗണിക്കുന്നത്. a എന്ന സംഖ്യയെ b കൊണ്ട് ഹരിക്കുമ്പോൾ c കിട്ടിയെന്നിരിക്കട്ടെ. cയെ ഏത് സംഖ്യകൊണ്ട് ഗുണിച്ചാൽ a കിട്ടും എന്ന രീതിയിൽ ഹരണത്തെ വിശദീകരിക്കാം. a/b എന്ന ഭിന്നസംഖ്യയെ c/d കൊണ്ട് ഹരിക്കണമെന്നിരിക്കട്ടെ. ഈ ഹരണക്രിയ ഗുണനക്രിയയാക്കി മാറ്റാൻ സാധിക്കും c/d യുടെ അംശവും ഛേദവും പരസ്പരം മാററി ഗുണനം നിർവഹിച്ചാൽ മതി. അതായത് (a/b)/ (c/d) = (a/b) (d/c), ഇതുകൊണ്ട് ഹരണത്തെ തലതിരിഞ്ഞ ഗുണനമായി വിശേഷിപ്പിക്കാം.

പുരാതന ഈജിപ്ത്കാർക്ക് ഭിന്നസംഖ്യ എന്നാൽ അംശം ഒന്ന് മാത്രമായ ഭിന്നിതമാണ്. അവർ പകുതിയാക്കൽ, ഇരട്ടിക്കൽ രീതിയിൽ ഗുണനവും ഹരണവും ചെയ്തിരുന്നു. അവരുടെ ഹരണക്രിയ ഒരു ഉദാഹരണത്തിലൂടെ വ്യക്തമാക്കാം. താഴെ കൊടുത്തിരിക്കുന്ന പട്ടിക ശ്രദ്ധിക്കുക.

1	8
2	16
1/2	4
1/4	2
1/8	1

ഇതിൽ 2, 1/4, 1/8 എന്നീ സംഖ്യകൾക്ക് നേരെയുള്ള സംഖ്യകൾ 16, 2, 1 എന്നിവയാണല്ലോ. ഇവയുടെ തുക 16 + 2 + 1 = 19. 19നെ 8 കൊണ്ട് ഹരിച്ചാലുള്ള ഫലം കാണാൻ 2, 1/4, 1/8 എന്നിവയുടെ തുക കണ്ടാൽ മതി. 16 + 4 = 20 ആയതിനാൽ 20 നെ 8 കൊണ്ട് ഹരിച്ചാലുള്ള ഫലം = 2 + 1/2

ഹരണത്തെ സംബന്ധിച്ച ഏററവും പഴക്കം ചെന്ന രീതികളിലൊന്ന് ഗർബർട്ട് രീതി(Gerbert's method)യാണ്. 8 കൊണ്ട് ഹരിക്കാൻ പത്തിൽ നിന്ന് രണ്ട് കുറക്കുന്ന പൂരകരീതിയാണ് ഇവിടെ ഉപയോഗിച്ചിട്ടുള്ളത്. ഈ രീതി ഗർബർട്ടിന്റെ അനുയായികൾ പിൻതുടർന്നതായി പാരീസിൽ നിന്ന് കിട്ടിയ അനേകം അജ്ഞാതമായ കൈയ്യെഴുത്തു പ്രതികളിൽനിന്ന് മനസ്സിലാക്കാം. പന്ത്രണ്ടാം നൂറ്റാണ്ടിലുള്ള ഹരണക്രിയകളിൽ റോമൻ സംഖ്യകളും ഹിന്ദുസംഖ്യകളും ഇടകലർത്തി ഉപയോഗിച്ചതായും കണ്ടെത്തിയിട്ടുണ്ട്.

ഹരണത്തിന് പുരാതനകാലത്ത് ഉപയോഗിച്ചിരുന്ന മറ്റൊരു രീതി യാണ് പെർ റെപീഗോ രീതി (per repiego method). ഹാരകത്തെ ഘടക ങ്ങളാക്കി ഹരിക്കുകയാണ് ഈ രീതിയിൽ ചെയ്യുന്നത്. ഉദാഹരണമായി 345നെ 15 കൊണ്ട് ഹരിക്കാൻ ആദ്യം 15നെ 3, 5 എന്നിങ്ങനെ ഘടക ങ്ങളാക്കുക. പിന്നീട് 345നെ 3 കൊണ്ട് ഹരിക്കുക ഹരണഫലത്തെ 5 കൊണ്ട് ഹരിക്കുക. 345നെ 15 കൊണ്ട് ഹരിച്ച ഫലം കിട്ടും.

ഭാരതത്തിൽനിന്ന് ആരംഭിച്ച് ലോകത്തിന്റെ വിവിധഭാഗങ്ങളിൽ പ്രചാരം നേടിയ ഒരു ഹരണരീതിയാണ് ഗല്ലി രീതി (Galley's Method). ലോകത്തിന്റെ വിവിധഭാഗങ്ങളിൽ വിവിധ പേരുകളിലാണ് ഈ രീതി അറിയപ്പെടുന്നത്. കടലാസ്സിൽ എഴുതി ക്രിയ ചെയ്യുമ്പോൾ അൽപം പ്രയാസം നേരിടുമെങ്കിലും കവിടി ഉപയോഗിച്ച് ചെയ്യുമ്പോൾ പൊതുവെ എളുപ്പമായ ഒരു രീതിയാണിത്. ഗുണനമെന്നത് ആവർത്തിച്ചുള്ള സങ്കല നമാണല്ലോ. അപ്പോൾ അതിന്റെ വിപരീതക്രിയയായ ഹരണം ആവർ ത്തിച്ചിട്ടുള്ള വ്യവകലനമായിരിക്കും. ഈ ആശയമാണ് ഈ രീതിയിൽ ഉപയോഗിക്കുന്നത്.

1, 10, 100.... എന്നീ സ്ഥാനങ്ങളിൽ ഹാരകം എത്ര പോകും എന്നാണ് ഈ രീതിയിൽ കണക്കാക്കുന്നത്. ഉദാഹരണമായി 43നെ 3 കൊണ്ട് ഹരിക്കണമെന്നിരിക്കട്ടെ. ആദ്യം 43ലെ 4 പരിഗണിക്കുക. 4നെ 3 കൊണ്ട് ഹരിക്കുമ്പോൾ 1 കിട്ടും. ഇവിടെ നാം യഥാർത്ഥത്തിൽ 40നെയാണ് ഹരിക്കുന്നത്. ഇനി 4 വെട്ടിക്കളയുക 4നെ 3 കൊണ്ട് ഹരിക്കുമ്പോൾ 1 ശിഷ്ടം വരും. ഈ 1 നാലിന് മുകളിൽ ചേർക്കുക. ഈ 1 യഥാർത്ഥത്തിൽ 10 ആണ്. ഇനി 13നെ 3 കൊണ്ട് ഹരിക്കുക. 4 ഹരണഫലം ശിഷ്ടം = 1

നേരത്തെ ഹരണഫലമായി കിട്ടിയ 1 പത്താം സ്ഥാനത്തെ അക്ക മാണ്. അതു കൂടി പരിഗണിക്കുമ്പോൾ ഹരണഫലം 14 എന്ന് കിട്ടും. ശിഷ്ടം 1 എന്നത് നേരത്തെ ലഭിച്ചിരുന്നുവല്ലോ. ഇതേ ആശയത്തിൽ ഇതേ രീതിയിൽ മൂന്നിലേറെ രീതികളിൽ ഈ ക്രിയ ചെയ്യുന്നുണ്ട്.

ലോകത്തിന്റെ വിവിധ ഭാഗങ്ങളിൽ വിവിധ രീതികളിൽ ഹരണക്രിയ നിർവഹിക്കപ്പെടുന്നുണ്ട്. മണിച്ചട്ടം (abacus) ഉപയോഗിച്ച് ചൈനക്കാർ ചെയ്യുന്ന രീതി വളരെ രസകരമാണ്.

ആർക്കിമെഡീസും പൈയും

ഗണിതശാസ്ത്രചരിത്രത്തിൽ ഏറ്റവും കൂടുതൽ പഠനം നടത്തപ്പെട്ട സംഖ്യ (പൈ) ആണ്. ഒരു വൃത്തത്തിന്റെ പരിധിയും വ്യാസവും തമ്മിലുള്ള അംശബന്ധമാണ് പൈ. ഈ അംശബന്ധത്തിന്റെ വില ഒരു സ്ഥിരസംഖ്യയായിരിക്കുമെന്ന് പുരാതനകാലം മുതൽക്കുതന്നെ മനുഷ്യർക്കറിയാമായിരുന്നു. ഈ അത്ഭുതസംഖ്യ മനുഷ്യനെ ആകർഷിക്കാൻ തുടങ്ങിയിട്ട് നാലായിരത്തിലേറെ വർഷങ്ങളായി. അനേകായിരം പേർ ഇതിന്റെ മാസ്മരശക്തിയിൽപ്പെട്ട് ധാരാളം സമയം ഇതിന് വേണ്ടി ചെലവഴിച്ചിട്ടുണ്ട്. ഇപ്പോഴും ചെലവഴിച്ചു കൊണ്ടിരിക്കുന്നുമുണ്ട്. ജർമ്മനിയിലെ ലുഡോൾഫ് എന്നൊരാൾ തന്റെ ജീവിതത്തിന്റെ സിംഹഭാഗവും ചെലവഴിച്ചത് പൈയുടെ വില കണ്ടുപിടിക്കാനാണ്! എത്ര കോടിക്കണക്കിന് സ്ഥാനം വരെയുള്ള അക്കങ്ങൾ കണ്ടെത്തിയിട്ടും കൂടുതൽ കൂടുതൽ സ്ഥാനങ്ങൾ കണ്ടുപിടിക്കാനുള്ള ശ്രമങ്ങൾ ലോകത്തിന്റെ വിവിധഭാഗങ്ങളിൽ നടന്നുവരികയാണ്.

പൈയുടെ രണ്ട് സ്ഥാനം വരെയുള്ള പ്രായോഗികാവശ്യത്തിന് ധാരാളം മതിയാകും. പരമാവധി പത്തോ നൂറോ സ്ഥാനം അക്കങ്ങൾ കൊണ്ടുതന്നെ ആവശ്യങ്ങളൊക്കെ നടക്കും. കോടിക്കണക്കിന് സ്ഥാനങ്ങൾ കണ്ടെത്തിയിട്ടും തൃപ്തി വരാതെ മണിക്കൂറുകൾ ചെലവഴിച്ച് കൂടുതൽ കൂടുതൽ സ്ഥാനങ്ങൾ കണ്ടെത്താൻ മനുഷ്യൻ പരിശ്രമിച്ചുകൊണ്ടിരിക്കുന്നു. വെറും ഒരു ത്രില്ലിനു വേണ്ടി മാത്രം.

പൈയുടെ വില കണ്ടുപിടിക്കുന്നത് പുരാതന കാലം മുമ്പു തന്നെ ഗണിതശാസ്ത്രജ്ഞന്മാരുടെ ഒരു ഹോബിയായിരുന്നു. നാലായിരം വർഷങ്ങൾക്കു മുമ്പ് ബാബിലോണിയക്കാർ പൈയ്ക്ക് 3.125 എന്ന വില സ്വീകരിച്ചിരുന്നു. ക്രിസ്തുവിനു മുമ്പ് സുമാർ 250ൽ ആർക്കിമിസ് എന്ന ഗ്രീക്ക് ഗണിതശാസ്ത്രജ്ഞൻ പൈയുടെ വില കണ്ടുപിടിക്കുന്നതിന് ഒരു മാർഗ്ഗം കണ്ടുപിടിക്കുകയുണ്ടായി. പൈയുടെ വില

ആർക്കിമിഡീസ്

കണ്ടുപിടിക്കുന്നതിന് ആധുനിക രീതിയിൽ ധാരാളം മാർഗ്ഗങ്ങൾ ഉപയോഗിക്കുന്നുണ്ട്. കമ്പ്യൂട്ടർ ഉപയോഗിച്ചാണ് ഇപ്പോൾ വിലകൾ കണ്ടുപിടിക്കാൻ ശ്രമിക്കുന്നത്. പക്ഷേ ആർക്കമിഡീസിന്റെ രീതിക്ക് ഗണിതശാസ്ത്ര ചരിത്രത്തിൽ മുഖ്യമായ ഒരു സ്ഥാനമുണ്ട്. അദ്ദേഹം പൈയുടെ വില കണ്ടുപിടിക്കാൻ സ്വീകരിച്ച രീതി നമുക്ക് പരിചയപ്പെടാം.

വശങ്ങളെല്ലാം തുല്യനീളങ്ങളുള്ള ബഹുഭുജങ്ങളാണ് സമബഹുഭുജ ങ്ങൾ. ഒരു വൃത്തത്തിൽ അനേകം സമബഹുഭുജങ്ങൾ അന്തർലേഖനം ചെയ്തും പരിലേഖനം ചെയ്തുമാണ് ആർക്കിമിഡീസ് തന്റെ കൃത്യം നിർവഹിച്ചത്. ചിത്രം (1) ൽ ഒരു വൃത്തത്തിൽ ഒരു ത്രികോണം അന്തർ ലേഖനം ചെയ്തിരിക്കുന്നു. ചിത്രം (2) ൽ ഒരു ത്രികോണം പരിലേഖനം ചെയ്തിരിക്കുന്നു.

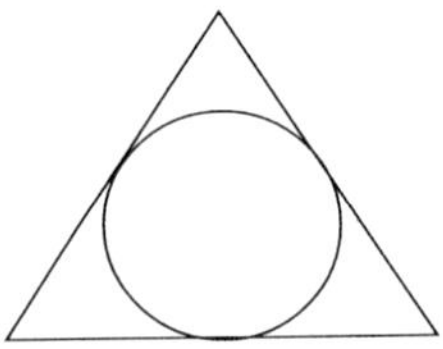

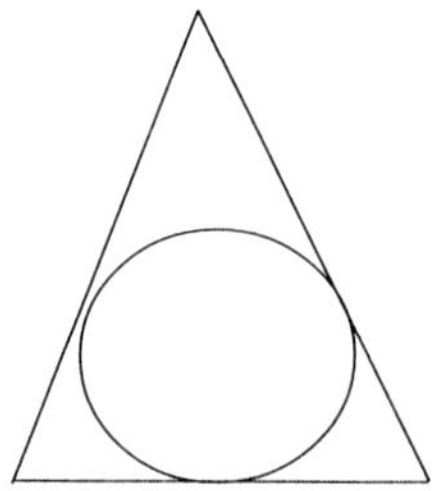

ചിത്രം (2)

ഏറ്റവും കുറഞ്ഞ വശങ്ങളുള്ള ബഹുഭുജം ത്രികോണമാണല്ലോ. ഒരു യൂനിറ്റ് വ്യാസമുള്ള ഒരു വൃത്തത്തിൽ ഒരു സമഭുജത്രികോണം, സമചതുരം, സമപഞ്ചഭുജം, സമഷഡ്ഭുജം എന്നിവ അന്തർലേഖനം ചെയ്തിരിക്കുന്നത് ചിത്രം (3) ൽ കാണാം.

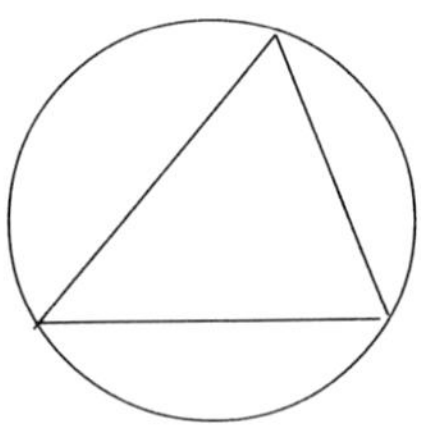

ചിത്രം (1)

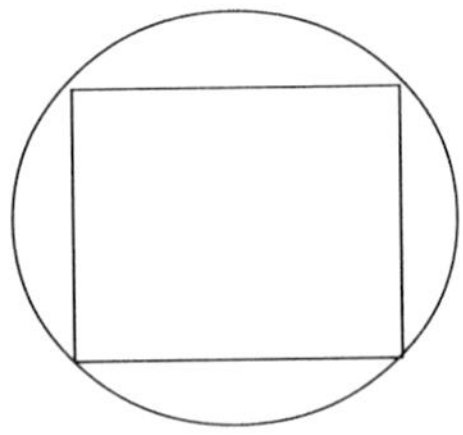

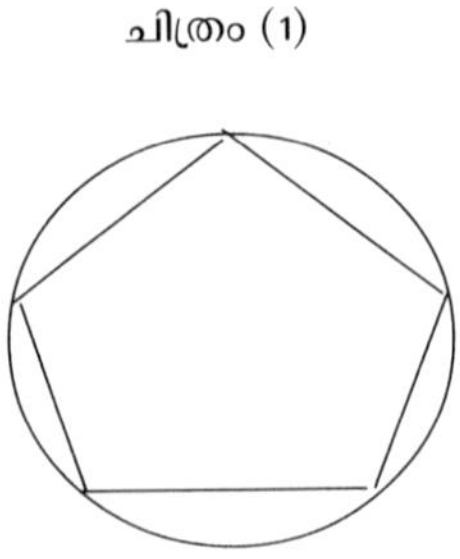

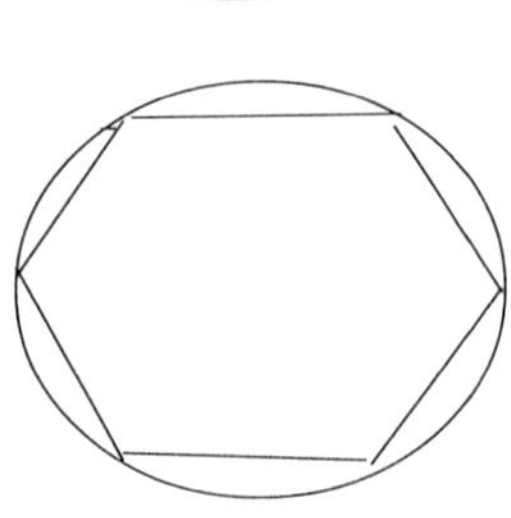

ചിത്രം (3)

വശങ്ങളുടെ എണ്ണം വർദ്ധിപ്പിക്കുന്നതിനനുസരിച്ച് ബഹുഭുജത്തിന്റെ ചുറ്റളവ് വർദ്ധിക്കുന്നതായി ചിത്രത്തിൽ നിന്ന് ബോധ്യപ്പെടാം.

വശങ്ങളുടെ എണ്ണം ഇങ്ങനെ കൂടുതൽ കൂടുതൽ വർദ്ധിപ്പിക്കുന്തോറും ബഹുഭുജത്തിന്റെ ചുറ്റളവ് വൃത്തത്തിന്റെ പരിധിയോടടുക്കുന്നു.

പൈ എന്നത് ഒരു വൃത്തത്തിന്റെ പരിധിയും വ്യാസവും തമ്മിലുള്ള അംശബന്ധമാണല്ലോ. ഇവിടെ വൃത്തം യൂനിറ്റ് വൃത്തമായതിനാൽ വ്യാസം ഒരു യൂനിറ്റായിരിക്കും.

അപ്പോൾ പൈ = പരിധി / വ്യാസം = പരിധി /1 = പരിധി.

ആർക്കിമിഡീസ് പരമാവധി കൃത്യമായ വില കിട്ടാൻ 96 വശങ്ങളുള്ള ബഹുഭുജങ്ങൾ വരെ അന്തർലേഖനം ചെയ്തിരുന്നു.

ബഹുഭുജങ്ങൾ പരിലേഖനം ചെയ്തും അദ്ദേഹം വില കണ്ടെത്തിയിരുന്നു. ബഹുഭുജങ്ങൾ പരിലേഖനം ചെയ്യുമ്പോൾ എന്തു സംഭവിക്കുന്നു എന്ന് നോക്കാം. ഒരു വൃത്തത്തിന് ചുറ്റും ചില സമബഹുഭുജങ്ങൾ പരിലേഖനം ചെയ്തിരിക്കുന്നത് ചിത്രം (4) ൽ കൊടുത്തിരിക്കുന്നു.

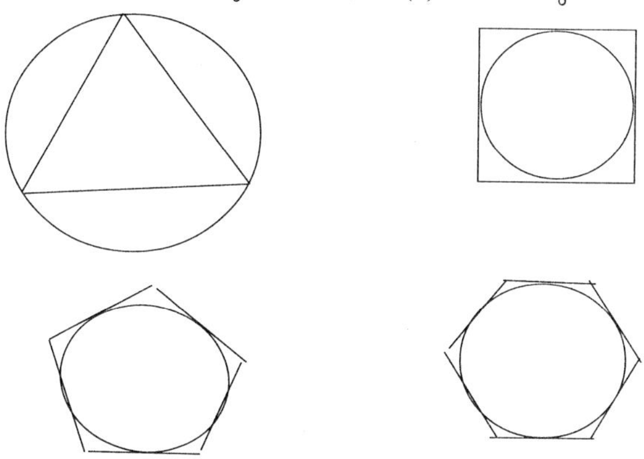

ചിത്രം (4)

ഇവിടെ ബഹുഭുജങ്ങളുടെ വശങ്ങളുടെ എണ്ണം കൂടുമ്പോൾ പരിധിയുടെ അളവ് കൂടുകയാണ്. ആദ്യം ബഹുഭുജത്തിന്റ പരിധിയുടെ അളവ് വൃത്തപരിധിയുടെ അളവിനെക്കാൾ കൂടിയിരിക്കും. പിന്നീട് കുറഞ്ഞ് വന്ന് വൃത്തപരിധിയോടടുക്കുന്നു.

ബഹുഭുജങ്ങൾ വൃത്തത്തിൽ അന്തർലേഖനം ചെയ്തപ്പോൾ വശങ്ങളുടെ എണ്ണം കൂടുന്നതിനനുസരിച്ച് പരിധിയുടെ അളവ് കൂടുകയായിരുന്നു. വശങ്ങളുടെ എണ്ണം തുല്യമായ അന്തർലേഖനം ചെയ്തതും പരിലേഖനം ചെയ്തതുമായ ബഹുഭുജങ്ങളുടെ ചുറ്റളവുകൾ കണ്ട് ശരാശരി എടുത്താണ് അദ്ദേഹം പൈയുടെ വില കണ്ടുപിടിച്ചത്.

ഗണിതചിഹ്നങ്ങൾ

ഗണിതശാസ്ത്രം ഒരർത്ഥത്തിൽ ഒരു ഭാഷയാണ്. രണ്ടും മൂന്നും കൂട്ടിയാൽ അഞ്ചാകും എന്ന് മലയാളത്തിലും two and three when added gives five എന്ന് ഇംഗ്ലീഷിലും എഴുതുന്നതിന് പകരം 2 + 3 = 5 എന്ന് ഗണിതഭാഷയിലും എഴുതാം. സാധാരണഭാഷയെ അപേക്ഷിച്ച് വളരെക്കുറച്ച് അക്ഷരങ്ങൾ അഥവാ ചിഹ്നങ്ങൾ മാത്രമേ ഗണിതഭാഷയ്ക്ക് ആവശ്യമുള്ളൂ. മാത്രമല്ല മറ്റ് ഭാഷകളെ അപേക്ഷിച്ച് ഗണിതഭാഷ കൂടുതൽ പേർക്ക് മനസ്സിലാക്കാനും സാധിക്കും.

ലോകത്തിൽ ഭൂരിപക്ഷം പേർക്കും മനസ്സിലാകത്തക്ക രീതിയിൽ അന്താരാഷ്ട്രമായി അംഗീകരിക്കപ്പെട്ട ചിഹ്നങ്ങൾ ഗണിതശാസ്ത്രത്തിൽ ഉപയോഗിക്കുന്നുണ്ട്. സംഭാഷണഭാഷയ്ക്ക് അതീതമായ ഈ ചിഹ്നങ്ങളാണ് ഗണിതത്തെ സംക്ഷിപ്തമാക്കാനും കൂടുതൽ പേർക്ക് മനസ്സിലാക്കാനും സഹായിക്കുന്നത്.

ഗണിതശാസ്ത്രത്തിന് അങ്കഗണിതം, ബീജഗണിതം, ജ്യാമിതി, ത്രികോണമിതി തുടങ്ങിയ അനേകം ശാഖകളുണ്ട്. ഈ ശാഖകളെല്ലാം തന്നെ പ്രത്യേകമായും, പൊതുവെയും ധാരാളം ഗണിതചിഹ്നങ്ങൾ ഉപയോഗിക്കുന്നുണ്ട്. + , - , x , / തുടങ്ങിയ ചിഹ്നങ്ങൾ പൊതുവെയും ϕ, Σ, π എന്നിങ്ങനെയുള്ള ചിഹ്നങ്ങൾ പ്രത്യേകമായും ഉപയോഗിക്കുന്നു.

ക്രിയകൾ, ബന്ധങ്ങൾ, ഭിന്നിതങ്ങൾ, ചരങ്ങൾ, ഏകദങ്ങൾ, ഗ്രൂപ്പിങ്ങ്, ജ്യാമിതി, ത്രികോണമിതി, കാൽക്കുലസ്, മെട്രിക്ക്സുകൾ, വെക്റ്ററുകൾ, ഗണസിദ്ധാന്തം, സംഖ്യാസിദ്ധാന്തം, സംഭാവ്യത, സ്റ്റാറ്റിസ്റ്റിക്സ് തുടങ്ങിയ ഗണിതശാസ്ത്രത്തിന്റെ വ്യത്യസ്ത ശാഖകളിലെല്ലാം ചിഹ്നങ്ങൾ ഉപയോഗിക്കുന്നുണ്ട്. ചില പ്രധാന ചിഹ്നങ്ങളെ നമുക്ക് പരിചയപ്പെടാം.

ഗണിതശാസ്ത്രത്തിൽ ഏറ്റവും കൂടുതൽ ഉപയോഗിക്കുന്ന ചിഹ്നം സങ്കലനത്തിനും വ്യവകലനത്തിനുമുള്ള ചിഹ്നങ്ങളാണ്. പുരാതന ഈജിപ്തിലെ അഹ്മസ് പപ്പൈറസിലാണ് ആദ്യമായി സങ്കലനത്തിനും

വ്യവകലനത്തിനും ചിഹ്നങ്ങൾ ഉപയോഗിച്ചു കാണുന്നത്. പക്ഷേ അവ ഇപ്പോൾ ഉപയോഗിക്കുന്ന ചിഹ്നങ്ങളല്ല.

യൂറോപ്യന്മാർ ചിഹ്നം കൂടാതെ സങ്കലനത്തിനുള്ള വാക്ക് പ്ലസ് (plus) എന്ന് തന്നെ ഉപയോഗിച്ചിരുന്നു. പിന്നീട് ചുരുക്കി p എന്ന് ഉപയോഗിക്കാൻ തുടങ്ങി. അതുപോലെ വ്യവകലനത്തിന് minus എന്ന വാക്ക് വ്യാപകമായി ഉപയോഗിക്കുകയും പിന്നീട് ചുരുക്കി m എന്നും ഉപയോഗിക്കുകയും ചെയ്തു. m ന് മുകളിൽ ഒരു വര ഇടുന്ന പതിവും ഉണ്ടായിരുന്നു. ഈ വരയാണ് പിന്നീട് വ്യവകലനത്തിനുള്ള ചിഹ്നമായി മാറിയതെന്ന് ചില പണ്ഡിതന്മാർ അഭിപ്രായപ്പെടുന്നു.

72
4 + 5 Wiltu das wyſ-
4 — 17 ſen oder deßgley-
3 + 30 chen/So ſumier
4 — 19 die zentner vnd
3 + 44 lb vnnd was auß
3 + 22 —iſt/das iſt mi-
Zentner 3 — 11 lb nus dz ſetz beſon-
3 + 50 der vnnd werden
4 — 16 4539 lb (So
3 + 44 du die zendtner
3 + 29 zů lb gemachet
3 — 12 haſt vnnd das /
3 + 9 + das iſt meer
darzů Addiereſt) vnd 75 minus. Nun
ſoltu für holtz abſchlahen allweeg für
ain legel 24 lb. Vnd das iſt 13 mal 24.
vnd macht 312 lb darzů addier das —
das iſt 75 lb vnd werden 387. Dye ſub-
trahier von 4539. Vnd bleyben 4152
lb. Nun ſprich 100 lb das iſt ein zentner
pro 4 ff $\frac{1}{8}$ wie kummen 4152 lb vnd kumē
171 ff 5 ß 4 heller $\frac{4}{5}$ Vñ iſt recht gmacht

Pfeffer

B

1456ൽ ജർമ്മനിയിൽ എഴുതിയ ഒരു കൈയ്യെഴുത്ത് പ്രതിയിൽ സങ്കലനത്തിന് et എന്ന് ഉപയോഗിച്ചിരുന്നു. 5 + 7ന് പകരം 5 et 7 എന്നാണ് എഴുതിയിരുന്നത്. et ആണ് + ആയി രൂപപ്പെട്ടത് എന്ന് വിശ്വസിക്കപ്പെടുന്നു. 1489ൽ ലീപ്സിഗിൽ വെച്ച് പ്രസിദ്ധീകരിച്ച ജോൺ വിഡ്മാ(Johnne Widmann)ന്റെ Mercentile Arithmetic or Behennde vnd hupsche Rechenung auff allen Kaufmanschafft എന്ന ഗ്രന്ഥത്തിലാണ് +, ചിഹ്നങ്ങൾ അച്ചടിച്ച് പ്രസിദ്ധീകരിച്ചിട്ടുള്ളത്.

സുമാർ പതിനാറാം നൂറ്റാണ്ടിലാണ് ഗുണനത്തിനുള്ള x ചിഹ്നം വികാസം പ്രാപിച്ചിട്ടുള്ളത്. 1591ൽ പഗാനിനി എഴുതിയ അങ്കഗണിതഗ്രന്ഥത്തിൽ താഴെ കൊടുത്തിരിക്കുന്ന രീതിയിൽ ഗുണനം രേഖപ്പെടുത്തിക്കാണുന്നു.

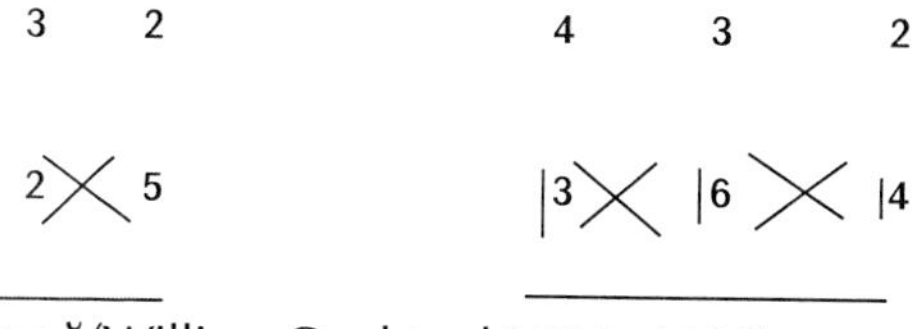

വില്യം ഔട്ട്റെഡ് (William Oughtred 1574 - 1660) ഏകദേശം 1628ൽ രചിച്ച് 1631ൽ ലണ്ടനിൽ വെച്ച് പ്രസിദ്ധീകരിച്ച ക്ളാവിസ് മാത്തമാറ്റിയെ (Clavis Mathematiae- Key to Mathematics) എന്ന ഗ്രന്ഥത്തിൽ ഗുണനത്തിന് X എന്ന ചിഹ്നം ഉപയോഗിച്ചിരിക്കുന്നു.

ഗോട്ട്ഫ്രീഡ് വിലം ലിബ്നിസ് (Gottfried Wilhelm Von Leibniz - 1616- 1716) ഗുണനത്തിന് X എന്ന ചിഹ്നം ഉപയോഗിക്കുന്നതിന് എതിരായിരുന്നു. അദ്ദേഹം ജോൺ ബർണൂലിക്ക് എഴുതിയ ഒരു കത്തിൽ ഗുണനത്തെ സൂചിപ്പിക്കാൻ ഒരു കുത്ത് (.) ചേർക്കാനാണ് നിർദ്ദേശി ച്ചിരുന്നത്. x ഒരു അക്ഷരമായി കണക്കാക്കപ്പെടുമെന്നാണ് അദ്ദേഹം അഭിപ്രായപ്പെട്ടത്. അദ്ദേഹം ആ കത്തിൽ ഇങ്ങനെ എഴുതിയിരിക്കുന്നു. I do not like x as a symbol for multiplication as it is confounded with x). ഗുണനത്തിന് ഒരു കുത്ത് (.) അദ്ദേഹത്തിന് മുമ്പ് തോമസ് ഹാരിയോട്ടും (Thomas Harriot) ഉപയോഗിച്ചിരുന്നു.

ഹരണത്തിന് 8) 24 (3 എന്ന രീതിയിൽ ക്രമീകരണം ഉപയോഗിച്ചത് 1544ൽ മൈക്കെയ്ൽ സ്റ്റിഫെൽ (Michael Stifel) പ്രസിദ്ധീകരിച്ച അരിത്മെറ്റിക്ക ഇന്റഗ്ര (Arithmetica Integra) എന്ന ഗ്രന്ഥത്തിലാണ്. 1659ൽ ജോൺ റാൺ (Johnn Rann) തന്റെ ട്യൂഷെ ആൾജിബ്രാ (Teutsche Algebra) എന്ന ഗ്രന്ഥത്തിന്റെ രണ്ടാം വാല്യത്തിൽ 211–ാം പേജിൽ ഹരണ ത്തിന് ഇപ്പോൾ ഉപയോഗിക്കുന്ന ചിഹ്നം പ്രസിദ്ധീകരിച്ചു.

സങ്കലനചിഹ്നവും വ്യവകലനചിഹ്നവും ചേർന്നുള്ള പ്ലസ് ഓർ മൈനസ് എന്ന ചിഹ്നം ആദ്യമായി 1631ൽ വില്യം ഔട്രഡ് ആണ് തന്റെ ക്ളാവിസ് മാത്തമാറ്റിക്കെയിൽ പ്രസിദ്ധീകരിച്ചത്. നിക്കൊളസ് ചുക്കെ (Nicolas Chuquet -1445? -1500?) 1484ൽ ഘാതസമ്പ്രദായം ആവിഷ്ക രിച്ചു. തന്റെ Le Triparty en la Science des Nombres എന്ന ഗ്രന്ഥത്തിൽ 12^3 എന്ന് രേഖപ്പെടുത്തിയിരുന്നു. പക്ഷേ ഇത് ഇപ്പോഴത്തെ 12^3നെ സൂചിപ്പിക്കാനല്ല $12x^3$ നെ സൂചിപ്പിക്കാനാണ് ഉപയോഗിച്ചിരുന്നത്. 1634ൽ പിയറെ ഹെരിഗോണസ് (Pierre Herigonus 1580-1643) തന്റെ ഗ്രന്ഥ ത്തിന്റെ ധാരാളം വാല്യങ്ങളിൽ a, a^2, a^3 എന്നിങ്ങനെ ഉപയോഗിക്കുക യുണ്ടായി. റെനെ ദക്കാർത്തെ (Rene Descartes 1596 -1650)യും axa എന്നതിനെ സൂചിപ്പിക്കാൻ a^2 ഉപയോഗിക്കാൻ തുടങ്ങി.

ക്രിസ്തുവർഷം സുമാർ 150ൽ ഹെറോൺ സമചിഹ്നമായി || ഉപ യോഗിച്ചു. കുറെ കഴിഞ്ഞാണ് ഇന്നത്തെ = രൂപത്തിലെത്തിയത്. ലംബ ത്തിനുള്ള രൂപം 1634ൽ പിയറെ ഹെരിഗോണസ് തന്റെ അഞ്ച് വാല്യ ങ്ങളുള്ള കർസസ് മാത്തമാറ്റിക്കസ് എന്ന ഗ്രന്ഥത്തിൽ അവതരിപ്പിച്ചു.

വർഗ്ഗമൂലത്തെ സൂചിപ്പിക്കാൻ ആദ്യമായൊരു ചിഹ്നം ഉപയോഗിച്ചത് 1220 ൽ ലിയോനാർഡോ ഓഫ് പിസ എന്നറിയപ്പെടുന്ന ഫിബ്നോച്ചി (Leonardo of Pisa or Fibonacci)യാണ്. അദ്ദേഹം തന്റെ പ്രാക്റ്റിക്ക ജ്യോമട്രിയെ (Practica Geomrtriae) എന്ന ഗ്രന്ഥത്തിൽ വർഗ്ഗമൂലത്തെ സൂചിപ്പിക്കാൻ Rന് സമാനമായ ചിഹ്നം ഉപയോഗിച്ചു. ആറിന്റെ വലത് ഭാഗം അല്പം താഴേക്കു നീട്ടി ക്രോസ് ചെയ്തിരുന്നു. വർഗ്ഗമൂലത്തിന് ഇപ്പോൾ ഉപയോഗിക്കുന്ന റാഡിക്കൽ ചിഹ്നം 1637ൽ ദക്കാർത്തെ(Rene Descartes 1596 -1650)യാണ് തന്റെ ലാ ജ്യോമട്രിയെ (La Geometriae)

എന്ന ഗ്രന്ഥത്തിൽ ഉപയോഗിക്കാൻ ആരംഭിച്ചത്. റാഡിക്കൽ ചിഹ്ന ത്തിന്റെ മുകളിൽ വരയില്ലാത്ത ചിഹ്നം 1525ൽ ക്രിസ്റ്റോഫ് റുഡോൾഫ് (Christoff Rudolff) തന്റെ ഡൈ കോസ് എന്ന ഗ്രന്ഥത്തിൽ ഉപയോഗി ച്ചിരുന്നു.

പ്രസിദ്ധ ഗണിതചരിത്രകാരൻ കജോറിയുടെ പുസ്തകത്തിൽ നൽകിയിട്ടുള്ളത് π (പൈ) എന്ന ചിഹ്നം ആദ്യമായി ഗണിത ശാസ്ത്രത്തിൽ ഉപയോഗിച്ചത് വില്യം ഔട്രഡ് (1575-1660) ആണെ ന്നാണ്. വൃത്തത്തിന്റ പരിധിയെ സൂചിപ്പിക്കാനാണ് അദ്ദേഹം π ഉപയോഗിച്ചിരുന്നത്. പരിധി എന്നർത്ഥമുള്ള പെരിഫറി എന്ന ഗ്രീക്ക് വാക്കിന്റെ ആദ്യാക്ഷരമാണ് പൈ. ഒരു വൃത്തത്തിന്റ പരിധിയും വ്യാസവും തമ്മിലുള്ള അംശബന്ധം കാണുന്നതിനിടയിലാണ് പരിധിയെ സൂചിപ്പിക്കാൻ ഉപയോഗിച്ചത്. 1706ൽ വില്യം ജോൺസ് പ്രസിദ്ധീകരിച്ച Synopsis palmariorum-matheseos എന്ന പുസ്തകത്തിലാണ് ഒരു വൃത്തത്തിന്റ പരിധിയും വ്യാസവും തമ്മിലുള്ള അംശബന്ധത്തിന് ആദ്യമായി π എന്ന ചിഹ്നം ഉപയോഗിച്ചത്. 1736ൽ ഓയിലറും ഈ ചിഹ്നം ഉപയോഗിക്കാൻ തുടങ്ങി. 1748ൽ അദ്ദേഹം പ്രസിദ്ധീകരിച്ച Introduction in analysin infinitoram എന്ന ഗ്രന്ഥത്തിലൂടെയാണ് ഈ ചിഹ്നത്തിന് വലിയ പ്രചാരം ലഭിച്ചത്.

ചെറുതാണ് (<) , വലുതാണ് (>) എന്നിവയ്ക്കുള്ള ചിഹ്നങ്ങൾ ആദ്യം ഉപയോഗിച്ചത് തോമസ് ഹാരിയോട്ടി(1560-1621)ന്റെ Artis Analytycae Praxis ad Aequationes Algebrai cas Resolbendas-The Analytic Arts Applied to Solving Algebraic Equations എന്ന ഗ്രന്ഥത്തിലാണ്.

ചെറുതാണ് അല്ലെങ്കിൽ സമം, വലുതാണ് അല്ലെങ്കിൽ സമം എന്നിവയ്ക്കുള്ള ചിഹ്നങ്ങൾ 1734ൽ പിയറെ ബൗഗർ (1698-1758) ആണ് ആദ്യമായി ഉപയോഗിച്ചത്. പക്ഷേ ഇപ്പോൾ ഉപയോഗിക്കുന്നതുപോലെ യുള്ള ചിഹ്നങ്ങളല്ല അടിഭാഗത്ത് സമചിഹ്നങ്ങൾ തന്നെ ഉണ്ടായിരുന്നു.

നാച്ചുറൽ ലോഗരിതത്തിന്റെ ആധാരമായി ലിബിനിസ് സ്വീകരി ച്ചിരുന്നത് b ആയിരുന്നു. 1659ൽ അദ്ദേഹം ഹ്യൂജൻസിന് അയച്ച കത്തിൽ ഇത് രേഖപ്പെടുത്തിയിട്ടുണ്ട്. ലിയോനാർഡ് ഓയ്‌ലർ (1707-1782) നാച്ചുറൽ ലോഗരിതത്തിന്റെ ആധാരമായി e അവതരിപ്പിച്ചു. 1862ൽ പി.എച്ച്. ഫസ് എഡിറ്റ് ചെയ്ത് പ്രസിദ്ധീകരിച്ച Euler's Opera postuma mathematica et physica എന്ന ഗ്രന്ഥത്തിലാണ് ആദ്യമായി e ലോഗരിതത്തിന്റെ ആധാരമായി അച്ചടിക്കപ്പെട്ടത്.

സാങ്കല്പികസംഖ്യയെ സൂചിപ്പിക്കുന്നതിനുള്ള i ആദ്യമായി ഉപയോ ഗിച്ചതും ഓയിലറാണ്. 1777ൽ ഉപയോഗിച്ചുവെങ്കിലും 1794ൽ തന്റെ Institutionum calculi integralis എന്ന ഗ്രന്ഥത്തിലൂടെയാണ് ആദ്യമായി അച്ചടിക്കപ്പെട്ടത്. ഓയിലർ തന്നെയാണ് സമ്മിശ്രസംഖ്യയെ സൂചിപ്പിക്കു ന്നതിന് a + ib എന്ന രൂപം അവതരിപ്പിച്ചത്. ഏകദങ്ങളെ f(x) എന്ന

രീതിയിൽ എഴുതുന്നത് അവതരിപ്പിച്ചതും ഓയിലർ തന്നെ. 1734ൽ തന്റെ Commentarii Academiae scientiarum Petroplitanae എന്ന ഗ്രന്ഥത്തിൽ അവതരിപ്പിച്ചു.

കനകാനുപാതത്തെ (Golden Ratio) സൂചിപ്പിക്കുന്നതിന് ϕ എന്ന ഗ്രീക്ക് അക്ഷരം ആദ്യമായി ഉപയോഗിച്ചത് 1961ൽ ഗർഡനർ ഹണ്ട്ലി യാണ്. ഫീദിയാസ് എന്ന ഗ്രീക്ക് വാക്കിന്റെ ആദ്യാക്ഷരമാണ്.

ബീജഗണിതത്തിൽ [ ] എന്ന ബ്രാക്കറ്റ് ആദ്യമായി ഉപയോഗിച്ചത് 1550ൽ റാഫേൽ ബോംബെല്ലി (1526–1573) തന്റെ ആൾജിബ്രാ ഗ്രന്ഥ ത്തിലാണ്.

ജ്യാമിതിയിൽ ബിന്ദു, രേഖ, തലം എന്നിവയെ അക്ഷരങ്ങൾ കൊണ്ട് സൂചിപ്പിക്കുന്ന രീതി ക്രിസ്തുവിനും സുമാർ 440ന് മുമ്പ് ഹിപ്പോ ക്രെയ്റ്റ്സ് ആരംഭിച്ചിരുന്നു. 1655ൽ റിച്ചാർഡ് റോളിൻസൻ ത്രികോണ ത്തിന്റെ വശങ്ങൾക്ക് ഇംഗ്ലീഷ് വലിയ അക്ഷരങ്ങൾ A,B,C എന്നിവ ഉപയോഗിക്കുകയുണ്ടായി. വലുതിൽനിന്ന് ചെറുതിലേക്ക് എന്ന ക്രമത്തിലാണ് പേർ നൽകിയിരുന്നത്. ഓയിലറാണ് കോണുകൾക്ക് ഇംഗ്ലീഷ് വലിയ അക്ഷരങ്ങൾ ഉപയോഗിച്ചു തുടങ്ങിയത്. ഹെറോൺ ക്രിസ്തുവർഷം സുമാർ 150ൽ വൃത്തത്തെ സൂചിപ്പിക്കാൻ ഒരു ചെറിയ വൃത്തവും ത്രികോണത്തെ സൂചിപ്പിക്കാൻ ഒരു ത്രികോണവും ഉപയോ ഗിച്ചു. ഹെറോൺ വൃത്തത്തിൽ ഒരു ബിന്ദു ചേർത്തിരുന്നു. പക്ഷേ നാലാം നൂറ്റാണ്ടിൽ പാപ്പസ് (Pappus) ബിന്ദു ഇല്ലാതെയാണ് രേഖപ്പെടു ത്തിയത്.

ആധുനിക ഗണിതശാസ്ത്രത്തിലെ സദിശ(vectors)ങ്ങളിൽ സ്കേലാർ പ്രോഡക്ററിനെ സൂചിപ്പിക്കാൻ ഉപയോഗിക്കുന്ന ബിന്ദു (.) ആദ്യം ഉപയോഗിച്ചത് 1902 ൽ ഇ.ബി. വിൽസൺ എഴുതിയ വെക്റ്റർ അനാലിസിസ് എന്ന ഗ്രന്ഥത്തിലാണ്. പക്ഷേ ആ ബിന്ദു അക്ഷരങ്ങളുടെ താഴെയാണ് എഴുതിയിരുന്നത്. പിന്നീടാണ് അക്ഷരങ്ങൾക്കിടയിൽ ചേർക്കാൻ തുടങ്ങിയത്. ഇതേ ഗ്രന്ഥത്തിൽ ക്രോസ് പ്രോഡക്റ്റിനെ സൂചിപ്പിക്കാൻ (X) എന്ന ചിഹ്നവും ഉപയോഗിക്കുകയുണ്ടായി.

ഒരു നിശ്ചിത എണ്ണം സംഖ്യകളുടെയോ പദങ്ങളുടെയോ തുകയെ സൂചിപ്പിക്കുന്നതിനുള്ള Σ സിഗ്മ എന്ന ചിഹ്നം 1775ൽ ലിയോനാർഡ് ഓയിലറാ(Leonard Euler)ണ് ആദ്യം ഉപയോഗിച്ചത്.

ഒരു മെട്രിക്സിന്റെ ഡിററർമിനന്റിനെ സൂചിപ്പിക്കാനുപയോഗിക്കുന്ന $|\ \ |$ ചിഹ്നം ആർതർ കെയിലി(Arthur Cayley 1821-1895)യാണ് ആദ്യ മായി ഉപയോഗിച്ചത്. 1841ൽ പ്രസിദ്ധീകരിച്ച കേംബ്രിഡ്ജ് മാത്തമാറ്റി ക്കൽ ജേർണലിന്റെ എട്ടാം വാല്യത്തിലാണ് ഇത് പ്രസിദ്ധീകരിച്ചത്.

ഗണിതശാസ്ത്രത്തിൽ ഇനിയും അനേകം ചിഹ്നങ്ങൾ ഉപയോഗി ക്കുന്നുണ്ട്. വിസ്താരഭയത്താൽ അവയുടെ വിവരങ്ങൾ ഒഴിവാക്കുന്നു.

സർവസമവാക്യങ്ങളും ജ്യാമിതിയും

ഗണിതശാസ്ത്രത്തിന്റെ ഒരു വിഭാഗമായ അങ്കഗണിതത്തിൽ സംഖ്യകളാണ് ഉപയോഗിക്കാറുള്ളത്. 4+3=7 എന്നത് ലഘുവായ ഒരു അങ്കഗണിത സമവാക്യമാണ്. സംഖ്യകൾക്ക് പകരം അക്ഷരങ്ങൾ ഉപയോഗിക്കാൻ തുടങ്ങിയതോടെ ബീജഗണിതം (Algebra) എന്ന ശാഖ രൂപപ്പെട്ടു. x+3=7 എന്നത് ബീജഗണിതത്തിലുള്ള ഒരു സമവാക്യമാണ്. ഇതിൽ x എന്നത് ചരം (variable) എന്നാണ് അറിയപ്പെടുന്നത്.

ചരങ്ങളുടെ ഏത് വിലകൾക്കും സത്യവാക്യമാവുന്ന സമവാക്യങ്ങളാണ് സർവസമവാക്യങ്ങൾ

$(a + b)^2 = a^2 + b^2 + 2ab$

$(a - b)^2 = a^2 + b^2 - 2ab$

$a(b + c) = ab + ac$

$(a + b)(c + d) = ac + ad + bc + bd$

എന്നിവയാണ് ഗണിതശാസ്ത്രത്തിലെ സർവസമവാക്യങ്ങൾ (Identities). ഈ സർവസമവാക്യങ്ങളിലെ ചരങ്ങളാണ് a, b എന്നിവ. ഈ ചരങ്ങൾക്ക് ഏത് വിലകൾ നൽകിയാലും മേൽ കൊടുത്തിരിക്കുന്ന വിലകൾ സത്യവാക്യങ്ങളാണെന്ന് കാണാം.

ഉദാഹരണമായി a = 3 ഉം b = 2 ഉം ആയാൽ $(a+b)^2 = (3+2)^2 = 5^2 = 25$

$a^2 + b^2 + 2ab = 3^2 + 2^2 + 2 \times 3 \times 2$

$= 9 + 4 + 12 = 25$

അതിനാൽ $(a + b)^2 = a^2 + b^2 + 2ab$

സർവസമവാക്യങ്ങൾ ബീജഗണിത(Algebra)ത്തിൽ ഉള്ളതാണെങ്കിലും ജ്യാമിതിയിലും ഇവക്ക് പ്രാധാന്യമുണ്ട്.

സർവസമവാക്യങ്ങൾ ജ്യാമിതിയുമായി എങ്ങിനെ ബന്ധപ്പെട്ടിരിക്കുന്നു എന്ന് പരിശോധിക്കാം. ആദ്യമായി നമുക്ക് $(a+b)^2=a^2+b^2+2ab$ എന്ന സർവസമവാക്യം പരിഗണിക്കാം.

$(a + b)^2$ ഒരു വർഗ്ഗമാണല്ലോ. അതായത് $(a + b)$യെ $(a + b)$കൊണ്ട് ഗുണിച്ചാണ് $(a + b)^2$ ലഭിക്കുന്നത്. $(a + b)^2$ ഒരു സമചതുരമായി സങ്കൽപിച്ചാൽ അതിന്റെ ഒരു വശം $(a + b)$ എന്ന് അനുമാനിക്കാം. $(a + b)$ വശമുള്ള ഒരു സമചതുരം താഴെ കൊടുക്കുന്നു.

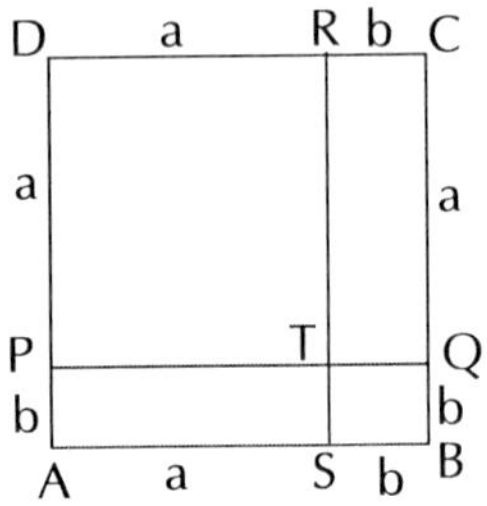

ചിത്രത്തിൽ ABCD ഒരു സമചതുരമാണ് ഇതിന്റെ വിസ്തീർണ്ണം $(a+b)^2$ ആണെന്ന് കാണാം.

ABCD എന്ന സമചതുരം നാല് ഭാഗങ്ങളായി ഭാഗിച്ചിരിക്കുന്നത് ചിത്രത്തിൽ കാണാം. ഇവ ചതുർഭുജങ്ങൾ PTRD, SBQT, ASTP, TQCR എന്നിവയാണെന്ന് കാണാം. ഇവയുടെ വിസ്തീർണ്ണങ്ങളുടെ തുക ചതുർഭുജം ABCDയുടെ വിസ്തീർണ്ണമായിരിക്കും.

അതായത് ABCD = PTRD + SBQT+ ASTP+ TQCR

$(a+b)^2 = a^2 + b^2 + ab + ab$

$(a+b)^2 = a^2 + b^2 + 2ab$

ഇനി $(a-b)^2 = a^2 + b^2 - 2ab$ എന്ന സർവസമവാക്യം പരിഗണിക്കാം.

$a-b$ എന്നാൽ a യിൽനിന്ന് b കുറച്ചതാണല്ലോ. a വശമുള്ള ഒരു സമചതുരം ABCD താഴെ തന്നിരിക്കുന്നു. അതായത് AB = BC = CD = AD = a

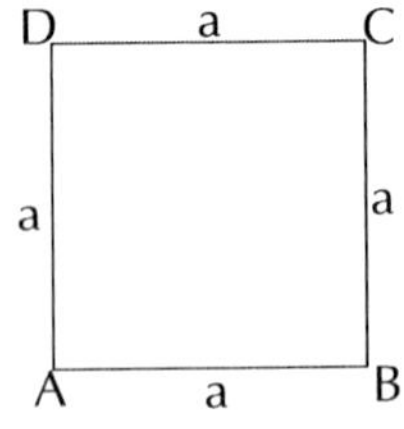

a അളവുള്ള വശത്തുനിന്നും b അളവുള്ള ഒരു ഭാഗം മുറിച്ചുമാറ്റുക. ഇങ്ങനെ മുറിച്ചുമാറ്റിയാലുള്ള ചിത്രം കൊടുക്കുന്നു.

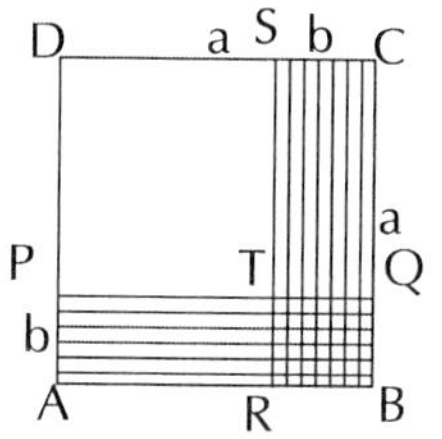

ചിത്രത്തിൽ a-b ഭാഗം എന്നത് ABQP – RBCS ഉം ആയിരിക്കും. ഇവ നീക്കം ചെയ്യുമ്പോൾ RBQT ഭാഗം രണ്ടുതവണ വീതം ചെയ്യപ്പെടുന്നു. RBQTയുടെ വിസ്തീർണ്ണം b^2 ആയിരിക്കും.

a^2 ൽ നിന്ന് രണ്ട് പ്രാവശ്യം ab കുറക്കുമ്പോൾ b^2 ഭാഗം രണ്ടുതവണ കുറക്കുന്നതിനാൽ ഫലത്തോട് b^2 കൂട്ടണമെന്ന് വരുന്നു.

അതായത് $(a-b)^2 \quad = a^2 - ab - ab + b^2$

$= a^2 - 2ab + b^2$

ഇനി $a(b+c) = ab + ac$ എന്ന സർവസമവാക്യം പരിഗണിക്കാം.

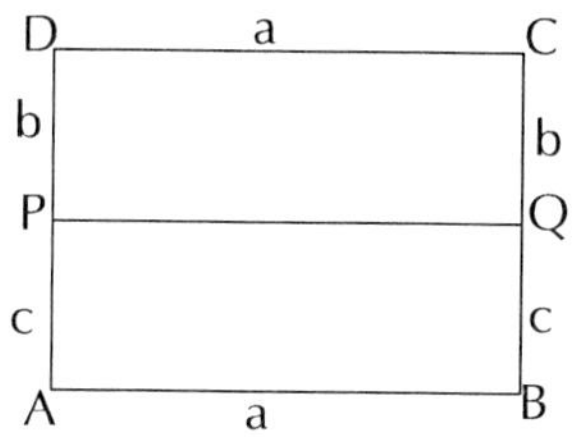

ABCD എന്ന ചതുരത്തിൽ AB = a

BC = c + b

ABCD യുടെ വിസ്തീർണ്ണം = AB x CD

= a (b+c)

ചതുരം ABQP യുടെ വിസ്തീർണ്ണം = ac

ചതുരം PQCD യുടെ വിസ്തീർണ്ണം = ab

ചതുരം ABCD യുടെ വിസ്തീർണ്ണ ചതുരം ABQP, ചതുരം PQCD എന്നിവയുടെ വിസ്തീർണ്ണത്തിന്റെ തുകക്ക് തുല്യമായിരിക്കും.

അതായത് ABCD = ABQP + PQCD

$a(b+c) = ac + ab$

$a(b+c) = ab + ac$

ഇനി (a+b) (c+d) = ab+ac+ad+bc പരിഗണിക്കാം

a+b നീളവും c+d വീതിയുമുള്ള ഒരു ചതുരം താഴെ കൊടുത്തിരിക്കുന്നു.

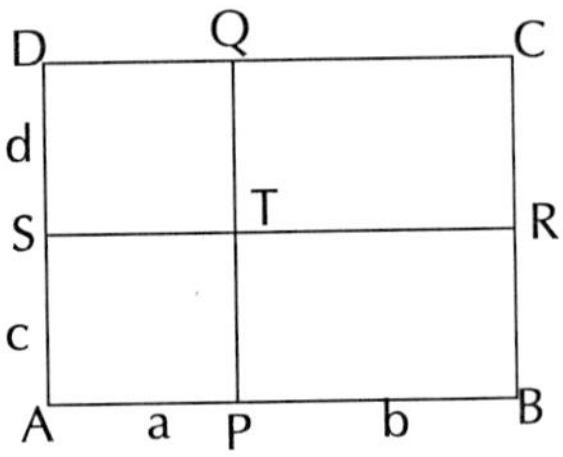

ചതുരം ABCD യുടെ വിസ്തീർണ്ണം = AB x BC

= (a+b) (c+d)

ചതുരം APTS ന്റെ വിസ്തീർണ്ണം = ac

ചതുരം PBRT യുടെ വിസ്തീർണ്ണം = bc

ചതുരം TRCR ന്റെ വിസ്തീർണ്ണം = bd

ചതുരം STQD യുടെ വിസ്തീർണ്ണം = ad

ചതുരം ABCD യുടെ വിസ്തീർണ്ണം ചതുരങ്ങൾ APTS, PBRT, TRCQ, STQD എന്നിവയുടെ വിസ്തീർണ്ണങ്ങളുടെ തുകക്ക് തുല്യമായിരിക്കും.

അതായത് ABCD = APTS + PBRT + TRCQ + STQD

(a+b) (c+d) = ab + bc + bd + ad

സർവസമവാക്യങ്ങളിലെ ചരങ്ങൾക്ക് സംഖ്യകൾ വില നൽകിയാൽ സത്യവാക്യങ്ങളാകുന്നതു നാം നേരത്തെ മനസ്സിലാക്കിയല്ലോ. അപ്പോൾ ബീജഗണിതത്തിലെ സർവ സമവാക്യങ്ങൾക്ക് അങ്കഗണിതത്തിലും ജ്യാമിതിയിലും പ്രസക്തിയുണ്ട് എന്ന് മനസ്സിലാക്കാം.

നെപ്പോളിയൻ ബോണപ്പാർട്ടും ഗണിതശാസ്ത്രവും

ലോകചരിത്രത്തിലെ ഏറ്റവും വീരയോദ്ധാക്കളിലൊരാളായി അറിയപ്പെടുന്ന നെപ്പോളിയൻ ബോണപ്പാർട്ടും ഗണിതശാസ്ത്രവുമായി എന്താണ് ബന്ധം? നെപ്പോളിയൻ അവസാനകാലത്ത് ഒരു ദ്വീപിൽ തടവുകാരനായി ഏകാന്തജീവിതം നയിക്കുന്ന കാലത്ത് അദ്ദേഹം സമയം ചെലവഴിച്ചുകൊണ്ടിരുന്നത് ജ്യാമിതീയമായ ഒരു കളി കളിച്ചുകൊണ്ടായിരുന്നു. കളികളുടെ രാജാവ് എന്ന് വിശേഷിപ്പിക്കപ്പെടുന്ന ടാൻഗ്രാം എന്ന കളിയായിരുന്നു അദ്ദേഹത്തിന് സമയം കളയാനുള്ള വഴി.

ഇതു മാത്രമല്ല നെപ്പോളിയനും ഗണിതശാസ്ത്രവും തമ്മിലുള്ള ബന്ധം. ഗണിതശാസ്ത്രത്തിലെ ജ്യാമിതിയിലെ ഒരു സിദ്ധാന്തം അദ്ദേഹത്തിന്റെ പേരിൽ അറിയപ്പെടുന്നുണ്ട്. പേര് നെപ്പോളിയൻ സിദ്ധാന്തം.

1785-ൽ പതിനാറുകാരനായിരുന്ന നെപ്പോളിയൻ മിലിറ്ററി അക്കാദമിയിൽ ചേരാൻ പോയപ്പോൾ നെപ്പോളിയന്റെ ഗണിതവിജ്ഞാനം പരീക്ഷിക്കാൻ ഹാജരുണ്ടായിരുന്നത് പിയർ സൈമൺ ലാപ്ലസ് (Pierre Simon Laplace) ആയിരുന്നു. ഈ ഗണിതശാസ്ത്രജ്ഞനാണ് ജ്യാമിതിയിലെ ഒരു സിദ്ധാന്തത്തിന് നെപ്പോളിയൻ സിദ്ധാന്തം എന്ന പേര് നൽകാൻ കാരണക്കാരനായത്.

അവസരവാദം അഥവാ കാലുമാറൽ ഒരു കലയും ശാസ്ത്രവുമായി പ്രയോഗിച്ച് എല്ലായ്പ്പോഴും ജീവിതവിജയം ഉറപ്പാക്കിയ ഗണിതശാസ്ത്രജ്ഞനായിരുന്നു ലാപ്ലസ്. മാറിമാറി വരുന്ന ഭരണാധികാരികളെ പ്രീണിപ്പിച്ച്, എപ്പോഴും സുഖലോലുപനായി ജീവിച്ചിരുന്ന ലാപ്ലസ് നെപ്പോളിയനെ സന്തോഷിപ്പിക്കാനായി ഒരു ഗണിതസിദ്ധാന്തത്തിന് നെപ്പോളിയൻ സിദ്ധാന്തം എന്ന് പേരിടുകയുണ്ടായി. ജ്യാമിതിയിലെ ത്രികോണവുമായി ബന്ധപ്പെട്ട ഒരു സിദ്ധാന്തമാണ് നെപ്പോളിയൻ സിദ്ധാന്തമായി അറിയപ്പെടുന്നത്.

ഒരു ത്രികോണത്തിന് മൂന്ന് വശങ്ങളുണ്ടല്ലോ ഈ മൂന്ന് വശങ്ങളുടെയും നീളങ്ങൾ തുല്യമാകാം. വ്യത്യസ്തങ്ങളാകാം. ഏതെങ്കിലും രണ്ട് നീളങ്ങൾ തുല്യമാവാം. ഇങ്ങനെയുള്ള ഏത് തരത്തിലുള്ള ത്രികോണങ്ങൾ പരിഗണിച്ചാലും ശരിയാവുന്ന ഒരു ആശയമാണ് നെപ്പോളിയൻ സിദ്ധാന്തം.

നെപ്പോളിയൻ സിദ്ധാന്തം ഇങ്ങനെ വിശദീകരിക്കാം. ഒരു ത്രികോണത്തിന്റെ ഓരോ വശവും പാദമായി ത്രികോണത്തിന്റെ ബഹിർഭാഗത്ത് ഓരോ സമഭുജത്രികോണങ്ങൾ നിർമ്മിക്കുന്നുവെന്നിരിക്കട്ടെ ഈ ത്രികോണങ്ങളുടെ ബാഹ്യശീർഷവും ആദ്യത്രികോണത്തിന്റെ എതിർശീർഷവും നിർണ്ണയിക്കുന്ന രേഖാഖണ്ഡങ്ങൾ തുല്യനീളമുള്ളവയായിരിക്കും.

ചിത്രത്തിൽ ത്രികോണം ABCയുടെ വശങ്ങളാണ് AB, BC, CA എന്നിവ. AB പാദമായി വരച്ചിട്ടുള്ള ഒരു സമഭുജത്രികോണമാണ് △ ABR

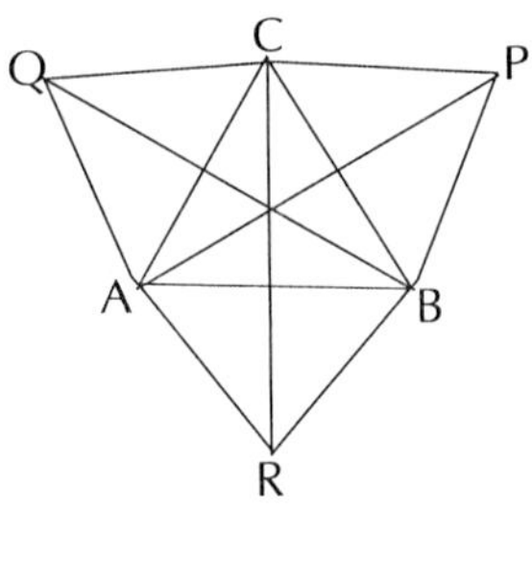

BC പാദമായുള്ള സമഭുജത്രികോണം △BCPയും ACപാദമായ സമഭുജത്രികോണം △ ACQ ഉം ആണ് △ ABRന്റെ ബാഹ്യശീർഷം R ഉം△ ABC യുടെ എതിർശീർഷം C യുമാണ്. ഈ ബിന്ദുക്കൾ നിർണ്ണയിക്കുന്ന രേഖാഖണ്ഡമാണ് CR. ഇതുപോലെ മറ്റ് ബാഹ്യബിന്ദുക്കളിൽ നിന്നുള്ള രേഖാഖണ്ഡങ്ങളാണ് AP, BQ എന്നിവ.

AP, BQ, CR എന്നീ രേഖാഖണ്ഡങ്ങൾ ഒരേ നീളമുള്ളവയായിരിക്കുമെന്ന് നെപ്പോളിയൻ സിദ്ധാന്തം വ്യക്തമാക്കുന്നു.

പൈതഗോറസ് സിദ്ധാന്തവും ലീലാവതിയും

പുരാതന ഭാരതത്തിലെ ഏറ്റവും പ്രശസ്തരായ ഗണിതശാസ്ത്രജ്ഞന്മാരിൽ ഒരാളായിരുന്നുവല്ലോ ഭാസ്കരാചാര്യർ. അദ്ദേഹത്തിന്റെ ഒരു പ്രശസ്ത ഗണിതശാസ്ത്രഗ്രന്ഥമാണ് ലീലാവതി. സിദ്ധാന്ത ശിരോമണി എന്ന അദ്ദേഹത്തിന്റെ ഗ്രന്ഥത്തിന്റെ ഒരു ഭാഗം മാത്രമാണ് ലീലാവതി. ഈ ഗ്രന്ഥത്തിന്റെ പേര് അദ്ദേഹത്തിന്റെ മകളുടെ പേരാണെന്ന് വിശ്വസിക്കപ്പെടുന്നു.

ഭാരതീയ ഗണിതശാസ്ത്രഗ്രന്ഥങ്ങളിൽ ഏറ്റവും പ്രസിദ്ധിയും പ്രചാരവും ലഭിച്ചത് ലീലാവതി എന്ന ഗ്രന്ഥത്തിനാണ്. ആര്യഭടന്റെ ആര്യഭടീയത്തിന് ലീലാവതിയുടെയത്ര ജനസമ്മിതി നേടാൻ സാധിച്ചിട്ടില്ല. ഒരു കലാകാരന്റെ ഭാവനയോടെ വളരെ രസകരമായ ഉദാഹരണങ്ങളിലൂടെയാണ് ഭാസ്കാരാചാര്യർ ലീലാവതിയിൽ ഗണിതപ്രശ്നങ്ങൾ അവതരിപ്പിച്ചിട്ടുള്ളത്. അതുകൊണ്ടുതന്നെ ഗണിതത്തെ പരമാവധി ആകർഷകവും രസകരവുമാക്കാൻ അദ്ദേഹത്തിന് സാധിച്ചു. പൈതഗോറസ് സിദ്ധാന്തവുമായി ബന്ധപ്പെട്ട ലീലാവതിയിലെ ചില പ്രശ്നങ്ങൾ നമുക്ക് പരിശോധിക്കാം.

ഏറ്റവും കുറഞ്ഞ എണ്ണം വശങ്ങളുള്ള ബഹുഭുജം ത്രികോണം എന്നറിയപ്പെടുന്നു. ത്രികോണത്തിന് മൂന്ന് വശങ്ങളും മൂന്ന് കോണുകളും ഉണ്ടായിരിക്കും. ത്രികോണത്തിലെ കോണുകളിലൊന്ന് മട്ടകോണായാൽ അഥവാ കോണിന്റെ അളവ് 90 ഡിഗ്രി ആയാൽ ത്രികോണം മട്ടത്രികോണം എന്നറിയപ്പെടുന്നു.

ഒരു മട്ടത്രികോണത്തിന്റെ ഏറ്റവും നീളം കൂടിയ വശം കർണ്ണം എന്നറിയപ്പെടുന്നു. മറ്റ് രണ്ടു വശങ്ങളിലൊന്ന് പാദവും മറ്റേ വശം ലംബവും ആയിരിക്കും. പാദവർഗ്ഗത്തിന്റെയും ലംബവർഗ്ഗത്തിന്റെയും തുക കർണ്ണവർഗ്ഗമായിരിക്കും എന്ന് പൈഥഗോറസ് സിദ്ധാന്തം വ്യക്തമാക്കുന്നു. ഇതിനെ പാദവർഗ്ഗം + ലംബവർഗ്ഗം = കർണ്ണവർഗ്ഗം എന്നെഴുതാം.

ലീലാവതിയിൽ ഭാസ്കരാചാര്യർ പൈതഗോറസ് സിദ്ധാന്തത്തെ സംബന്ധിച്ച കാര്യങ്ങൾ കൈകാര്യം ചെയ്തിട്ടുള്ളത് രണ്ടാം ഖണ്ഡമായ ക്ഷേത്രവ്യവഹാരത്തിലാണ്. പക്ഷേ അദ്ദേഹം പൈതഗോറസ് സിദ്ധാന്തത്തിൽ പ്രസ്താവിച്ചിട്ടുള്ള ആശയം വ്യക്തമാക്കുകയല്ലാതെ പൈതഗോറസ് സിദ്ധാന്തം എന്ന് നൽകിയിട്ടില്ല. പൈതഗോറസ് സിദ്ധാന്തത്തിലെ ആശയത്തെപ്പറ്റി അദ്ദേഹം ഇങ്ങനെ പറയുന്നു.

"ഇഷ്ടോ ബാഹുർയഃ സ്യാ

ത്തൽ സ്പർദ്ധി ന്യാം ദിശീതരോബാഹുഃ

ത്രസ്രേ ചതുരസ്രേ വാ

സാ കോടി: കീർതിതാ ത ജ്ജൈതഃ

തൽകൃത്യോർ യോഗപദം

കർണോ ഭോഃ കർണവർഗയോർവിവരാൽ

മൂലം കോടി കോടി

ശ്രുതി കൃത്യോരന്തരാൽ പദം ബാഹുഃ"

ത്രികോണത്തിലായാലും, ചതുരത്തിലായാലും അന്യോന്യം എതിരായി നിൽക്കുന്ന വശങ്ങളിൽ ഇഷ്ടമുള്ള വശത്തെ ഭുജമെന്നും മറ്റേ വശത്തെ കോടിയെന്നും പണ്ഡിതന്മാർ വിളിക്കുന്നു. ഈ വശങ്ങളുടെ വർഗ്ഗങ്ങളുടെ തുകയുടെ വർഗ്ഗമൂലം കർണ്ണമാകുന്നു. ഏതെങ്കിലും ഭുജത്തിന്റെയും കർണ്ണത്തിന്റെയും വർഗ്ഗവ്യത്യാസങ്ങളുടെ വർഗ്ഗമൂലം മൂന്നാമത്തെ വശമായിരിക്കും എന്ന് ഈ വരികളിലുള്ള ആശയങ്ങൾ വ്യക്തമാക്കാം.

താഴെ കൊടുത്തിരിക്കുന്ന ഒരു ഉദാഹരണം അദ്ദേഹം നൽകുന്നു.

"കോടിശ്ചതുഷ്ടയം യത്ര ദോസ്ത്രയാ തത്ര കാ ശ്രുതിഃ

കോടിം ദോ: കർണ്ണത: കോടിശ്രുതിഭ്യാഞ്ച ഭുജംവദ"

അതായത് കോടി നാലും ഭുജം മൂന്നും ആയ (മട്ട)ത്രികോണത്തിന്റെ കർണ്ണം എത്ര? ഭുജകർണ്ണങ്ങളിൽ നിന്ന് കോടിയും കോടി കർണ്ണങ്ങളിൽ നിന്നും ഭുജവും പറയുക.

പാദവർഗ്ഗം + ലംബവർഗ്ഗം = കർണ്ണവർഗ്ഗം എന്ന ആശയം ഉപയോഗിച്ച് ചെയ്യാവുന്ന ഏതാനും രസകരമായ ഉദാഹരണങ്ങൾ ഭാസ്കരാചാര്യർ നൽകിയിട്ടുണ്ട്. താഴെ കൊടുത്തിരിക്കുന്ന വരികൾ ശ്രദ്ധിക്കുക

"യദി സമഭുവി വേണുർ ദ്വി ത്രിപാണി പ്രമാണേ

ഗണക പവനവേഗാദേകദേശേ സ ഭഗ്നഃ

ഭുവി നൃപമിത ഹസ്തേഷ്യം ഗഗ്നേ തദഗ്രം

കഥയ കതിഷു മൂലാദോഷ ഭഗ്ന കരേഷു"

ഈ ശ്ലോകത്തിൽ കൊടുത്തിരിക്കുന്ന ഗണിതാശയങ്ങൾ ഇങ്ങനെ വ്യക്തമാക്കാം: 32 ഹസ്തം ഉയരമുള്ള ഒരു മുള, കാറ്റടിച്ചപ്പോൾ, ഇടയ്ക്കു നിന്ന് പൊട്ടി മുളയുടെ അറ്റം മുളയുടെ അടിഭാഗത്തു നിന്ന് 16 ഹസ്തം അകലെ നിലത്തു കുത്തി. എന്നാൽ അടിയിൽനിന്ന് എന്തുയരത്തിലാണ് മുള പൊട്ടിയത്?

ചിത്രത്തിൽ AB എന്നത് മുളയെ സൂചിപ്പിക്കുന്നു. മുളയ്ക്ക് 32 ഹസ്തം ഉയരമുണ്ട് എന്ന് തന്നിരിക്കുന്നതിനാൽ AB = 32

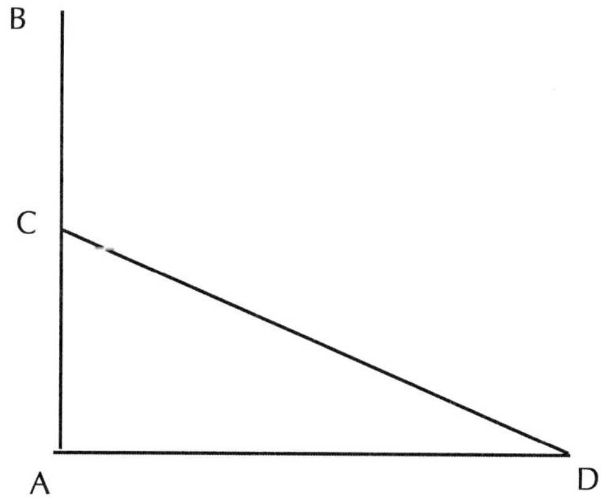

കാറ്റടിച്ചപ്പോൾ C യിൽ കൂടി മുള ഒടിഞ്ഞ് അറ്റം D യിൽ എത്തുന്നു. മുളയുടെ അടിയിൽനിന്ന് 16 ഹസ്തം അകലെയാണ് മുളയുടെ അറ്റം നിലത്തുകുത്തി എന്ന് തന്നിരിക്കുന്നതിനാൽ AD = 16 ആയിരിക്കും.

മുളയുടെ അടിയിൽനിന്നും x ഹസ്തം ഉയരത്തിൽവെച്ചാണ് മുള ഒടിഞ്ഞത് എന്ന് സങ്കൽപ്പിച്ചാൽ AC = x

മുളയുടെ ഒരേ ഭാഗമായതിനാൽ BC യും CD യും തുല്യമാണെന്ന് കാണാം.

അതായത് CD = $32 - x$

$\triangle$ACD ഒരു മട്ടത്രികോണമായിരിക്കും

AD പാദവും AC ലംബവും CDകർണവുമായി പരിഗണിച്ചാൽ

പൈതഗോറസ് സിദ്ധാന്തപ്രകാരം

പാദവർഗ്ഗം + ലംബവർഗ്ഗം = കർണ്ണവർഗ്ഗം

$AD^2 + AC^2 = CD^2$

$16^2 + x^2 = (32 - x)^2$

ഈ സമവാക്യം നിർദ്ധാരണം ചെയ്താൽ x = 12 എന്ന് കിട്ടുന്നതിനാൽ മുള താഴെ അറ്റത്തുനിന്നും 12 ഹസ്തം ഉയരത്തിൽനിന്നാണ് ഒടിഞ്ഞതെന്ന് മനസ്സിലാക്കാം.

ഇവിടെ ഭാസ്കരാചാര്യർ മട്ടത്രികോണത്തിന്റെ ലംബം കണ്ടുപിടിക്കുന്ന പ്രശ്നമാണ് അവതരിപ്പിച്ചത്. പാദം കണ്ടുപിടിക്കാൻ അവതരിപ്പിച്ച ഒരു പ്രശ്നം താഴെ കൊടുക്കുന്നു.

"അസ്തിസ്തം ഭതലേ ബിലം തദുപരി
ക്രീസാശിഖണ്ഡീ സ്ഥിതഃ
സ്തംഭേ ഹസ്തനവോച്ഛ്രിതേ ത്രിഗുണിത
സ്തംഭപ്രമാണാന്തരേ
ദൃഷ്ട്വാംഹിം ബിലമാവ്രജന്തമപത-
ത്തിര്യക്സ തസ്യോപരി
ക്ഷിപ്രം ബ്രൂഹി തയോർബിലാൽക്തിമിതൈഃ
സാമ്യേന ഗത്യോർയുതിഃ

ഈ ശ്ലോകത്തിലെ ഗണിതാശയങ്ങൾ ഇങ്ങനെ വിശദീകരിക്കാം: ഒമ്പതു ഹസ്തം ഉയരമുള്ള ഒരു സ്തംഭത്തിന്റെ അടിയിൽ ഒരു പാമ്പിന്റെ മാളമുണ്ട്. ആ സ്തംഭത്തിന്റെ മൂന്ന് മടങ്ങ് അകലത്തുനിന്ന് മാളത്തിലേക്കു വരുന്ന ഒരു പാമ്പിന്റെ മുകളിൽ ഒരു മയിൽ പറന്നു വീഴുന്നു. സ്തംഭത്തിന്റെ മുകളിൽനിന്നാണ് മയിൽ പറക്കുന്നത്. പാമ്പ് സഞ്ചരിച്ച ദൂരവും മയിൽ സഞ്ചരിച്ച ദൂരവും തുല്യമാണെങ്കിൽ മാളത്തിൽ നിന്ന് എന്തകലത്തിൽവെച്ചാണ് മയിൽ പാമ്പിന്റെ മുകളിൽ പറന്നുവീണത്?

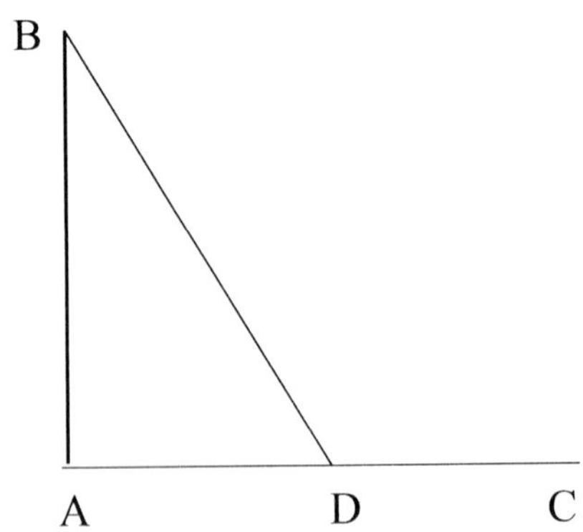

ചിത്രത്തിൽ AB എന്നത് സ്തംഭമാണ് സ്തംഭത്തിന്റെ ഉയരം 9 ഹസ്തം എന്ന് തന്നിരിക്കുന്നതിനാൽ AB = 9

A ആണ് മാളത്തിന്റെ സ്ഥാനം C യിൽ നിന്നാണ് പാമ്പ് മാളത്തിലേക്ക് വരുന്നത്. പാമ്പും മാളവും തമ്മിലുള്ള അകലം സ്തംഭത്തിന്റെ ഉയരത്തിന്റെ മൂന്ന് മടങ്ങായതിനാൽ

AC = 3 x 9 = 27

D യിൽ വെച്ചാണ് പാമ്പിന്റെ മുകളിൽ പറന്നു വീഴുന്നത്.

പാമ്പ് സഞ്ചരിച്ച ദൂരവും മയിൽ സഞ്ചരിച്ച ദൂരവും തുല്യമായതിനാൽ BD = DC

മയിൽ പാമ്പിനെ സന്ധിച്ച സ്ഥലവും മാളവും തമ്മിലുള്ള ദൂരം AD=x എന്ന് സങ്കൽപിക്കുക

BD = DC = 27 - x

പൈഥഗോറസ് സിദ്ധാന്തം പ്രകാരം

പാദവർഗ്ഗം = കർണ്ണവർഗ്ഗം - ലംബവർഗ്ഗം

$x^2 = (27 - x)^2 - 9^2$

ഈ സമവാക്യം നിർദ്ധാരണം ചെയ്താൽ x=12 എന്ന് കിട്ടുന്നതിനാൽ മയിൽ പാമ്പിനെ സന്ധിച്ച സ്ഥലം മാളത്തിൽ നിന്ന് 12 ഹസ്തം അകലെവെച്ചായിരിക്കും.

ഭാസ്കരാചാര്യർ പിന്നീട് രസകരമായ മറ്റൊരു ഉദാഹരണത്തിലേക്കാണ് നമ്മെ നയിക്കുന്നത്. താഴെ കൊടുത്തിരിക്കുന്ന ശ്ലോകം ശ്രദ്ധിക്കുക.

"ചക്ര ക്രൗഞ്ചാകുലിതസലിലേ ക്വാ

പ ദൃഷ്ടം തഡാഗേ

തോ യാ ദൂർദ്ധ്വം കമലകലി കാഗ്രം വിതസ്തിപ്രമാണം

മന്ദം മന്ദം ചലിതമനിലേനാഹതം ഹസ്തയുഗ്മേ

തസ്മിന്മഗ്നം ഗണകകഥയ മിപ്രംഭ:പ്രമാണം

അതായത് ചക്രവാകങ്ങളാലും ക്രൗഞ്ചങ്ങളാലും ഇളക്കപ്പെട്ട തടാകത്തിലൊരിടത്ത് ജലനിരപ്പിൽനിന്ന് അരഹസ്തം മുകളിലായി ഒരു താമരമൊട്ട് നിൽക്കുന്നുണ്ട്.

കാറ്റ് അടിച്ചുകൊണ്ടിരിക്കെ ഈ താമരമൊട്ട് ഒരു ഭാഗത്തേക്ക് പതുക്കെ രണ്ട് ഹസ്തം നീങ്ങിയപ്പോൾ വെള്ളത്തിൽ മുങ്ങിപ്പോയി. ആ തടാകത്തിൽ എത്ര ആഴത്തിൽ വെള്ളമുണ്ട്?

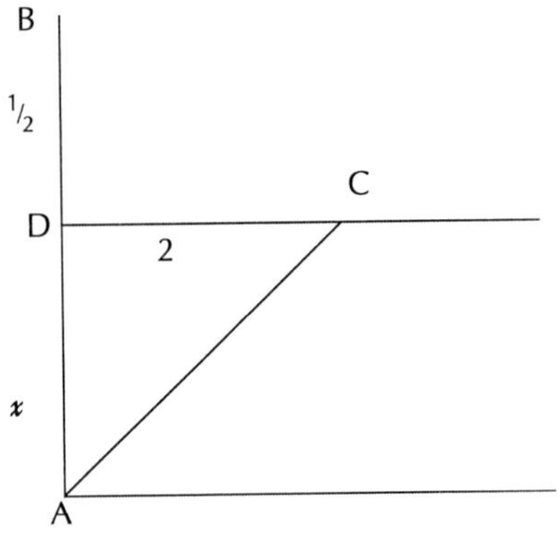

ചിത്രത്തിൽ B താമരമൊട്ടിനെ സൂചിപ്പിക്കുന്നു. AB എന്നത് താമര ച്ചെടിയാണ്. കാറ്റ് കൊണ്ട് താമരമൊട്ട് C യിൽ എത്തിയപ്പോൾ മുങ്ങി പ്പോയി. ഇവിടെ AB = AC എന്ന് കാണാം. DC എന്നത് ജലോപരിതല മാണ്. Dയിൽനിന്ന് Cയിലേക്കുള്ള ദൂരം 2 ഹസ്തമാണ്. കൂടാതെ DB=1/2 ഹസ്തമായിരിക്കും

തടാകത്തിന്റെ ആഴം AD = x എന്ന് സങ്കൽപ്പിക്കുക.

AC = $x + 1/2$ ആയിരിക്കും.

പൈതഗോറസ് സിദ്ധാന്തപ്രകാരം

$x^2 + 2^2 = (x + 1/_2)^2$

ഈ സമവാക്യം നിർദ്ധാരണം ചെയ്താൽ $x = 3\ 3/_4$ എന്ന് ലഭിക്കു ന്നതിനാൽ തടാകത്തിൽ $3\ 3/_4$ ഹസ്തം വെള്ളമുണ്ട് എന്ന് അനുമാനി ക്കാം.

ശുഷ്കവും വിരസവുമായി അനുഭവപ്പെടുന്ന ഗണിതാശയങ്ങൾ ഭാസ്കരാചാര്യർ എത്ര രസകരമായാണ് അവതരിപ്പിക്കുന്നത് എന്നത് അടുത്ത ഉദാഹരണത്തിൽനിന്ന് നമുക്ക് മനസ്സിലാകും.

വൃക്ഷാദ്ധശതോച്ഛ്രയാച്ഛ്രതയുഗേ
വാപീം കപിം, കോ പ്യയാ-
ദുത്തീര്യാഥ പരോദ്രുതം ശ്രുതി പഥേ-
നോഡ്ഡീയ കിഞ്ച്ദ് ദ്രുമാൽ
ജാതൈവം സമതാ തയോർയദി ഗതാ-
വുഡ്ഡീനമാനം കിയ-
ദ്വിദ്വം ശ്ചേൽ സുപരിശ്രമോ സ്തിഗണിതേ
കടിപ്രം തദാചക്ഷമേ

ഒരു കുരങ്ങ് 100 ഹസ്തം ഉയരമുള്ള ഒരു മരത്തിൽ നിന്ന് ഇറങ്ങി 200 ഹസ്തം അകലെയുള്ള സരസ്സിലേക്ക് പോയി . മറ്റൊരു കുരങ്ങ് കുറച്ചു ഉയരത്തിലേക്ക് ഉയർന്ന് പൊങ്ങിയശേഷം സരസ്സിലേക്ക് ചാടുന്നു. രണ്ടു കുരങ്ങുകളും സഞ്ചരിച്ച ദൂരം തുല്യമായിരുന്നുവെങ്കിൽ, രണ്ടാമത്തെ കുരങ്ങ് എത്ര ദൂരം മുകളിലേക്ക് പൊങ്ങി?

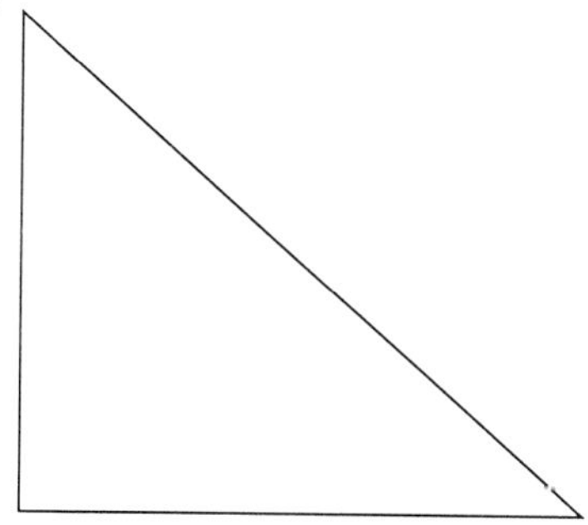

A എന്ന സ്ഥലത്ത് രണ്ട് കുരങ്ങുകൾ ഇരിക്കുന്നു. ഒരു കുരങ്ങ് നേരെ താഴെ Bയിലേക്ക് ഇറങ്ങി Cയിലേക്ക് പോകുന്നു. AB=100 എന്നും BC=200 എന്നും തന്നിരിക്കുന്നു.

രണ്ടാമത്തെ കുരങ്ങ് മുകളിലേക്ക് പോയ ദൂരമാണ് കാണേണ്ടത് ഇത് x എന്ന് സങ്കൽപ്പിക്കുക അപ്പോൾ BD=x 100+x ആയിരിക്കും.

ആദ്യത്തെ കുരങ്ങ് ആകെ 300 ഹസ്തം ദൂരം സഞ്ചരിച്ചതായി കാണാം.

അപ്പോൾ AD + DC = 300 ആയിരിക്കും

ഇതിൽനിന്നും DC = 300 - x എന്ന് ലഭിക്കും

പൈതഗോറസ് സിദ്ധാന്തപ്രകാരം

$BD^2 + BC^2 = DC^2$

$(100+x)^2 + 200^2 = (300 - x)^2$

ഈ സമവാക്യം നിർദ്ധാരണം ചെയ്താൽ

x = 50 എന്ന് ലഭിക്കും എന്നതിനാൽ രണ്ടാമത്തെ കുരങ്ങ് മേൽപോട്ട് ചാടിയ ഉയരം 50 ഹസ്തമാണെന്ന് കാണാം.

ഇങ്ങനെ വളരെ രസകരവും ആകർഷകവുമായ ഉദാഹരണങ്ങൾ കൊണ്ടു സമ്പന്നമായ ലീലാവതി വമ്പിച്ച ജനപ്രീതി നേടിയ ഗണിതഗ്രന്ഥമായതിൽ അത്ഭുതത്തിന് അവകാശമില്ല. ■

പള്ളിയറ ശ്രീധരൻ

1950 ജനുവരി 17-ന് കണ്ണൂർ ജില്ലയിലെ എടയന്നൂരിനടുത്ത് ജനിച്ചു. കൂടാളി ഹൈസ്ക്കൂളിൽ അദ്ധ്യാപകനായിരുന്നു. കണ്ണൂർ സയൻസ് പാർക്കിന്റെ ഡയറക്ടറായിരുന്നു. ബാലസാഹിത്യത്തിനുള്ള സമഗ്രസംഭാവനയ്ക്കുള്ള സംസ്ഥാന സർക്കാറിന്റെ അവാർഡ്, ഭീമ പ്രത്യേക പുരസ്കാരം, രാമാനുജൻ സയൻസ് & ടെക്ക്നോളജി ഫൗണ്ടേഷൻ അവാർഡ്, ഭാരത് എക്സലൻസ് അവാർഡ് (ന്യൂഡൽഹി), സുഭദ്രാ കുമാരി ചൗഹാൻ ജന്മശതാബ്ദിപുരസ്കാരം (ഹരിയാന), ഹൈസ്ക്കൂൾ അദ്ധ്യാപകർക്കുള്ള സംസ്ഥാന അവാർഡ്, സംസ്ഥാന ബാലസാഹിത്യ ഇൻസ്റ്റിറ്റ്യൂട്ടിന്റെ വൈജ്ഞാനിക സാഹിത്യ അവാർഡ്, അബുദാബി ശക്തി അവാർഡ്, കെ. തായാട്ട് അവാർഡ്, കേരള സാഹിത്യ അക്കാദമി അവാർഡ്, സമന്വയ ബാലസാഹിത്യ അവാർഡ്, മികച്ച ശാസ്ത്ര ഗ്രന്ഥത്തിനുള്ള സംസ്ഥാന സർക്കാരിന്റെ അവാർഡ് തുടങ്ങിയ ധാരാളം പുരസ്കാരങ്ങൾ നേടിയിട്ടുണ്ട്. നൂറ്റമ്പതോളം കൃതികൾ രചിച്ചിട്ടുണ്ട്.

ഇപ്പോൾ കേരള സംസ്ഥാന ബാലസാഹിത്യ ഇൻസ്റ്റിറ്റ്യൂട്ടിന്റെ ഡയറക്ടറാണ്.